உறக்கத்தின் உளவியல்

(தூக்கம் பற்றிய அறிவுசார் உளவியல்)

விஜயலட்சுமி செங்கோட்டையன்

'உறங்கு வதுபோலும் சாக்கா டுறங்கி
விழிப்பது போலும் பிறப்பு' - திருக்குறள்

'என் ஆன்மா உருமாற்றங்களைச்
சந்திக்கின்றது' - ஆவிட்

முன்னுரை

ஆவிட் எழுதிய மெட்டாமார்போசிஸ் புத்தகத்தில் தூக்கத்திற்கான கடவுளாக 'மோர்பியஸ்' தோன்றியிருப்பார். தூக்கத்திற்கான கடவுளாக மட்டுமில்லாமல், 'மனிதனின் கனவுகள், கற்பனைகள், படைப்பாற்றல்' போன்ற மனித உணர்வுகளுக்கே உரித்தான மேம்மைகளுக்கும், அவரே கடவுளாகவும் சித்தரிக்கப் பட்டிருப்பார். அதே மெட்டமார்போசிஸ் புத்தகத்தில் காதலுக்கான கடவுளாக 'அப்ரோடிட்டே', 'யுத்தத்திற்கான கடவுளாக 'ஏரஸ்', அறிவுக்கான கடவுளாக 'ஏதேனா' போன்றோர் குறிப்பிடப் பட்டிருப்பார்கள். மேலும், கடவுள்களுக்கெல்லாம் கடவுளாக 'ஜீயஸ்' சித்தரிக்கப்பட்டிருப்பார். ஆனால், சற்று ஆழமாக உற்று நோக்கினால் உண்மையை விளங்கிக் கொள்ளலாம். மனிதனின் தனித்தனி உணர்வுகளுக்கும் உணர்ச்சிகளுக்கும், தனித்தனி கடவுள்கள் சித்தரிக்கப்பட்டிருந்தாலும் கூட, 'மோர்பியஸ்' மட்டுந்தான் விசித்திரமான கடவுளாக காட்சியளிப்பார். கிரேக்க புராண கதைகளில், அவரே தனித்துவமாகவும் தெரிவார். ஆனால், 'மோர்பியஸ்' தான், கடவுள்களுக்கெல்லாம் கடவுள் என்ற உண்மை, மெட்டாமார்போசிஸ் எழுதிய ஆவிட்-ற்கே பின்னாளில் தான் புரிய வந்திருந்தது.

ஆம், கடவுகள்களுக்கெல்லாம் கடவுள் 'ஜீயஸ்' கிடையாது. அதற்கான தகுதி மோர்பியஸ்க்கு மட்டுமே உரித்தானது. **'தூக்கம்'** என்பது ஏதோ மனீதர்களின் புறச் சிந்தனைக்கு அப்பாற்பட்ட ஒன்றாகவும், அற்பமான ஒன்றாகவும் அறிவார்ந்த சமூகத்திற்கு தோன்றக் கூடும். 'தூங்குகின்ற நேரமும், ஏங்குகின்ற நேரமும் வாழ்க்கையில்

சேராது' என்று சினிமா பாடலின் தத்துவார்க்க வரிகளாக சேர்த்துக் கொண்டு, வாழ்க்கையை துரிதப் படுத்த எண்ணுகின்றோம். ஆனால், **'தூக்கம்'** மட்டுந்தான், மனிதனின் இன்றியமையாத, இன்னமும் புரிபடாத, இதுவரையிலும் விளங்கிக் கொள்ளமுடியாத ஆஸ்தானமான இன்றியமையாத ஓர் செயல் ஆகும். தூக்கத்தை பற்றிய பிரஞ்ஞையற்ற நிலை, நவீன காலத்தில் மட்டுமல்ல பண்டைய காலத்திலிருந்தே தொடர்ந்து கொண்டுதான் இருக்கின்றது. பொருள் முதல் வாத தத்துவம் உருபெற்று, ஆதிக்கம் செலுத்த தொடங்கிய காலத்திலிருந்தே மனிதப் புலன்களுக்கு அப்பாற்பட்ட விடையங்களைப் பற்றி பேசுவதும் குறைந்து போய்விட்டது. அறிவியல் ஆய்வுகளிலும், இலக்கிய வடிவங்களிலுமே தூக்கத்தைப் பற்றிய பிரஞ்ஞை நாகரீக சமூகத்தில் வெளிச்சம் போட்டு காட்டப்படுகின்றது. இன்றைய நவீன காலகட்டத்திலுங் கூட, 'தனிமனித ஆரோக்கியம்' என்கிற மருத்துவ கோர்வைக்குள் வரும்போது மட்டுமே, தூக்கம் பற்றிய பிஞ்ஞை, நவீன மனிதனுக்கு எழும்புகின்றது. தவிர, தூக்கத்தை ஒரு பொருட்டாகவே எடுத்துக் கொள்வதில்லை, இந்த நாகரீக சமூகமும், இளந் தலைமுறையும்.

நிக்காலோ டெஸ்லாவிற்கு தையற் எந்திரத்திற்கான ஊசியை தயாரிக்கும் யுக்தி, அவரின் ஆழ்ந்த தூக்கத்தின் கனவிலிருந்து தான் தோன்றியது எனவும், சீனிவாச இராமானுஜனின் கணித சூத்திரங்கள் அனைத்துமே, அவரின் ஆழ்ந்த தூக்கத்தின் கனவிலிருந்து தான் தோன்றியது எனவும், பரவலாக நாம் கேள்விப்பட்டிருப்போம். தூக்கத்தின் REM நிலையில், ஆழ்மனம் பல படைப்பாற்றல் நிறைந்த கற்பனைகளை உருவாக்குகின்றது, என்றும் கேள்விப் பட்டிருப்போம். ஆழ்ந்த தூக்கத்தில் வரும்

அபரிவிதமான கனவுகளை, படைப்பாற்றல் நிறைந்த கற்பனைகளாக எவ்வாறு கட்டமைப்பது ?! என்பது குறித்து, வியாபார நோக்குடன் தற்காலத்தில் பயிற்சிகள் வழங்கப்பட்டும் வருகின்றன. தூக்கத்தினை இழந்த ஒரு மனிதனுக்கு சகல பிணிகளும் வந்து சேரும் எனவும், தொன்றூற்றொன்பதாயிரத்து தொல்லாயிரத்து தொன்றூற்று ஒன்பது நோய்களுக்கு காரணம், தூக்கமின்மை தான் எனவும், மருத்துவர்கள் அறிவுரை வழங்குகின்றனர்; கூடவே, மருத்துவ ஆய்வுகள் கட்டுரைகளையும் கோடிட்டு காட்டுகின்றனர். ஆழ்ந்த தூக்கத்தில், ஆழ்மனம் விழித்துக் கொள்கின்றது; அந்த சமயத்தில்தான் பிரபஞ்சம் நம் ஆழ்மனதோடு தொடர்பு கொள்கின்றது; அந்த வேளையில், நாம் எதனை விரும்பி கேட்கிறோமோ, அதனை இப்பிரபஞ்சம் வழங்கும்., என்று சில ஆன்மீக வாதிகளால் பரப்புரைகள் செய்யப்பட்டு வருகின்றன. கூடவே, யோகா, தியானம் போன்ற பயிற்சிகளை வழங்குவதன் மூலமாக, 'ஆழ்ந்த தூக்கத்தில் பிரபஞ்சத்துடன் எவ்வாறு தொடர்பு கொள்வது ?' எனவும் கட்டண வகுப்புகள் எடுக்கப்பட்டு வருகின்றன.

— மேலே கூறப்பட்ட அனைத்து கூறுகளுமே இப்புத்தகத்தில் இடம்பெற்றிருக்கும்; ஆனால், மேலே கூறப்பட்ட அந்த கூறுகளைப்பற்றியது இப்புத்தகம் கிடையாது..! மனித பகுத்தறிவிற்கு அப்பாற்பட்ட ஆன்மீக ரீதியாலான நம்பிக்கைகளோ, தரவுகளின் அடிப்படையில் விளக்கஞ் சொல்லும் அறிவியல் ஆய்வுகளோ, மனோ தத்துவமோ, மானுட சித்தாந்தமோ, இந்த புத்தகத்தில் இடம் பெறப் போவது கிடையாது. கதைகளிலும் கவிதைகளிலும் கற்பனையான இடம் கொடுக்கப்பட்ட இலக்கிய நயத்தினைப் பற்றியும் இந்த புத்தகம் பேசப் போவதில்லை.

சிக்கண்ட் பிராய்ட் போன்ற மனோவிய லாளர்களைப் போல கனவுகளுக்கு விளக்கம் தருகிறேன் பெயர்வழியான, கனவுகளைப் பற்றிய ஆய்வு புத்தகமும் இது கிடையாது. மேலும், தனிமனிதனுக்கு தூக்கத்தின் இன்றியமை யாமையை எடுத்துக் கூறி நல்வழிபடுத்தும் வாழ்வியல் சார்ந்த புத்தகமும் இது கிடையாது.

இது 'தூக்கத்தைப் பற்றிய புத்தகம் ; தூக்கத்தை பற்றியது மட்டுமேயான புத்தகம்'

இந்த முன்னுரையை வாசிக்கும் உங்களுக்கு சற்று குழப்பமாகவும், அதேவேளையில் வினோத மாகவும், அதேசமயத்தில் ஆர்வ மிகுதியாகவும் இருக்கலாம். இதே குழப்பத்துடன் புத்தகத்தின் ஒவ்வொரு அத்தியாயங்களை நீங்கள் புரட்டும் போதும், புதிதான வித்தியாசமான சிந்தனையைக் கிளரக் கூடிய அபூர்வமான ஓர் விடையத்தினை அறிவீர்கள்; அடைந்திருப்பீர்கள். கூடவே ஒவ்வொரு அத்தியாயத்தின் முடிவிலும், பெரும் ஆர்வ மிகுதியினை அடைந்திருப்பீர்கள். தூக்கத்தைப் பற்றிய ஆன்மீகவாதிகள், அறிவியலாளர்கள், பகுத்தறிவுவாதிகள் என அனைத்து தரப்பினர்களும் ஏற்றுக் கொள்ளும் படியான, பல அபூர்வமான மறை ஞான உண்மைகள் இப்புத்தகத்தில் ஒளிந்து கிடக்கின்றன. இது கனவுகளைப் பற்றிய புத்தகம் கிடையாது; அதன் ஆதி மூலமான **'நித்திரை'** பற்றிய புத்தகம். இது அறிவியல் பூர்வமாகவும், தர்க்க ரீதியாகவும், தத்துவார்க்க ரீதியாகவும், கோட்பாட்டு ரீதியாகவும், தூக்கத்தினைப் பற்றிய பகுப்பாய்வு நூலாக விளங்குமென்பதில் ஐயமில்லை.

வாசகர்களுக்கு எமது மனமார்ந்த வாழ்த்துகள் !

ஆசிரியர் குறிப்பு

வாழ்க்கை கல்வி பயிற்சியாரும், மனநல பயிற்சியாளரும், ஈர்ப்பு விதி பயிற்சி யாளாருமான **'விஜயலட்சுமி செங்கோட்டையன்'** அவர்கள் கடந்த 5 வருட காலமாக தமிழகத்தின் மிகச்சிறந்த ஆளுமையாக திகழ்ந்து வருகிறார். அவர் தனது சொந்த வாழ்க்கையை சுயமுன்னேற்ற பாதையில் கொண்டு சேர்த்த பிரபஞ்ச ஆற்றலைக் குறித்து, பல்வேறு தளங்களில் உரையாற்றி வருகின்றார். அது குறித்த ஆய்வுகளும் மேற்கொண்டு வருகின்றார்.

தனிப்பட்ட வாழ்வில் அவர் உய்தறிந்த ஈர்ப்பு விதியின் இரகசியங்களைக் குறித்து, இப்புத்தகத்தில் தொகுத்திருக்கின்றார். கடந்த நான்கு ஆண்டுகளாக, வாழ்க்கை பயிற்சியாளராகவும் மனநல சிகிச்சை யாளராகவும் இரண்டாயிரத்துக்கும் மேற்பட்ட மாணவ மாணவிகள் அவரிடம் பயிற்சியையும் சிகிச்சையையும் அடைந்து நலன்

பெற்றிருக்கின்றனர். உலகெங்கிலுமிருந்து சுமார் 17 நாடுகளைச் சார்ந்த ஆயிரத்திற்கும் மேற்பட்ட நபர்கள், இவரின் சிகிச்சை மற்றும் அறிவுறுத்தல்களின் பெயரில் நலமும் வளமும் பெற்றுள்ளனர்.

'**தூக்கத்தைப் பற்றி பேசுவதற்கு என்ன இருக்கின்றது?!**' என்று கேட்கும் தங்களைப் போலவே தான், நானும் இப்புத்தகத்தினை எழுத ஆரம்பிபதற்கு முன்னதாக பெரிதான அக்கறை காட்டாமல் இருந்தேன். ஆனால், இதைபற்றி இனியும் பேசமால் இருந்தால், அந்த பாவம் நிச்சயமாக என்னை வந்து சேரும் என்கிற உண்மையை எழுத ஆரம்பித்த பின்பு தான் உணர்ந்து கொண்டேன். இந்த புத்தகம் எழுதுவதற்காக இரண்டு வாரங்கள் அலைந்து திரிந்து பல நூல்களை வாசித்து, அதிலுள்ள தேவையான தகவல்களை சேமித்து, பின்னர் இரு வாரங்களில் எழுதி முடிக்க திட்ட மிட்டிருந்தேன். நினைத்ததைப் போலவே இப்புத்தகமும் நன்றாகவே முடிக்கப்பட்டாயிற்று'

சில வருடங்களுக்கு முன்பு தோல் நோய்களினால் அவதியுற்ற எனக்கு, இயற்கை முறையிலான மருத்துவ சிகிச்சையும், ஆழ்ந்த உறக்கமும் நிரந்தரமான உடல்நலனை வழங்கியது. இந்த நுட்பத்தை அறிவுசார் அறிவியலின் (Cognetive Science) துணைகொண்டு அனைவருக்கும் பொதுவெளியில் சொல்ல வேண்டுமென்கிற அதீத ஆர்வம் மேலோங்கியது. ஆனால், அதைப்பற்றி சொல்வதற்கு சரியான ஊடகங்கள் எதுவும் அப்போது தென்படவில்லை. ஆனால், தற்போது ஆழ்ந்த உறக்கத்தினைக் குறித்து ஆழமாக இப்புத்தகத்தினை எழுதும் வாய்ப்பு கிடைத்துள்ளதில், பெரு மகிழ்ச்சி அடைகின்றேன். நிச்சயமாக இப்புத்தகம் சிறந்த ஒரு படைப்பாக

மதிப்பிடப்படும் என தீர்க்கமாக நம்புகின்றேன். எல்லாம் வல்ல இறைமைக்கும், எனக்கு அறிவினை வழங்கிய எமது ஆசான்களுக்கும் கோடான கோடி நன்றிகளை தெரிவித்துக் கொள்கின்றேன்.

'உறக்கத்தின் உளவியல்' என்கிற புத்தகம் இப்புத்தகத்தினை எழுதுவதற்கு உறுதுணை புரிந்த எம் சகோதரருக்கு எமது முதற்கண் நன்றிகளை தெரிவித்துக் கொள்கின்றேன். சகோதரர் **'லூத்விக் ஆலன்'** அவர்கள் சினிமா ஆர்வளராகவும், விமர்சனராகவும் பணியாற்றி வருகின்றார். அவருக்கும் வாசக பெருமக்களுக்கும் எமது மனமார்ந்த நன்றிகளையும், வாழ்த்துக்களையும் தெரிவித்துக் கொள்கின்றேன்.

வாழ்க வையகம் ! வாழ்க வளமுடன் !!

**விஜயலட்சுமி செங்கோட்டையன்
அவர்களின் புத்தகங்கள்**

1.	பேராற்றலின் பிறப்பிடம் - ₹ 175

லூத்விக் ஆலன் பிற நூல்கள்

1.	சம் தியரீஸ் இன் தி மூவிஸ் - ₹ 220

2.	டி ஃபார் டாக்குமெண்டரி ₹ 200

3.	துயில் கனவு - ₹ 129

4.	வெல்கம் டூ உலக சினிமா - ₹ 300

5.	ஜானர் அக்ரி - ₹ 129

6.	வெறுமைக்கு அப்பால் - ₹ 220

7.	வெல்கம் பேக் டூ உலக சினிமா - ₹ 300

∆ பிரபல இணைய தளங்களில் இப்புத்தகங்கள்
யாவும் கிடைக்கப் பெறுகின்றன.
தொடர்புக்கு : +91 96293 77694

பொருளடக்கம்

1. உறக்கம், தூக்கம் மற்றும் நித்திரை

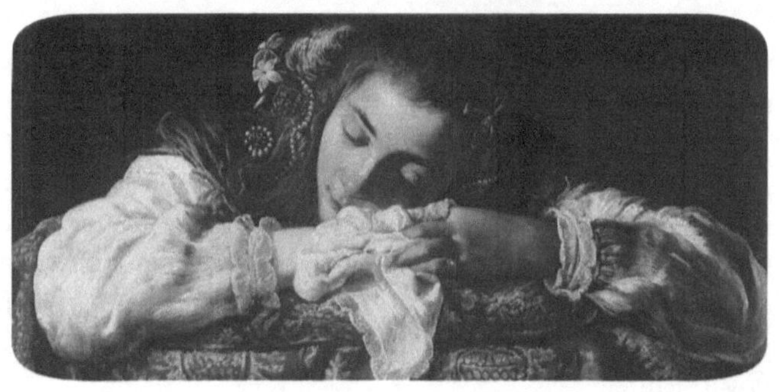

உலகின் முதல் காலப்பயண புதினமாக 'ரிப் வேன் விங்கிள்' என்ற இலக்கியப் படைப்பை குறிப்பிடுவார்கள். கதையின் நாயகன் ரிப் வேன் விங்கிள், மலைப் பள்ளத்தாக்கில் மயக்கம் தருவிக்கின்ற மதுபானம் அருந்தி தூக்கத்தில் ஆழ்ந்துவிடுவான். கண் விழித்து எழுந்து பார்க்கும் பொழுது 20 வருடங்கள் கழிந்திருப்பதைக் கண்டு ஆச்சர்யப்படுவான். வாழ்வின் பாதி நாட்களைத் தூக்கத்தில் கழித்துவிட்டதை எண்ணி, வருத்தமும் அடைவான். இந்த கதையில் தூங்கி எழும் ரிப், உண்மையாகவே 20 வருடங்களாக தூங்கியிருப்பானா ?! என்ற கேள்விக்கு இலக்கிய ஆய்வாளர்கள், வேறொரு விளக்கத்தினை அளிக்கின்றனர். அதாவது ரிப், 20 வருடங்களாக போதைக்கு அடிமையாகியிருக்கக் கூடும். இந்த இடத்தில் போதை என்று 'மனிதர்களின் சல்லாப வாழ்க்கையை' குறிப்பிடுகின்றனர். ரிப், தன்னுடைய வாழ்நாளின் பாதியை அற்பமான சல்லாபத்தில் செலவிட்டிருக்கின்றான். தற்போது மனரீதியாக விழித்துக் கொண்ட அவன், தன்னுடைய கடந்தகால விலைமதிக்க முடியாத வாழ்க்கையை எண்ணி வருத்தப்படுகின்றான்.

'ரிப் வேன் விங்கிள்' கதையில் வருவதைப்போல எவரும், மனிதனின் பாதிநாட்கள் தூக்கத்தில் கழிப்பது கிடையாது. படுக்கைக்கு சென்று தூங்குவது மட்டுமே தூக்கம் அல்ல. விழித்திருக்கும் போதுகூட, சல்லாப வாழ்க்கையில் நேரத்தினை ஒதுக்குவதும் கூட ஒருவகையான தூக்கம் தான். நாம் அன்றாடம் செய்யும் பணிகள், செயல்கள், வேலைகள் எதுவாக இருந்தாலும், நம் சிந்தனையின் சாரத்திற்கு உட்பட்டுதான் செய்கின்றோமா ?! என்று ஒருகணம் சிந்தித்துப் பாருங்கள். நிச்சயமாக கிடையாது.

மனித சிந்தனைக்கு அப்பாற்பட்ட எந்தவொரு செயலில் ஈடுபட்டாலும், அது தூக்கத்திக்கு சமானமானது தான். பொதுவாக நாம் விழித்திருக்கும் சமயத்தை விட, தூக்கத்தில் மட்டுந்தான் மிகமிக ஆழமாக சிந்திக்கின்றோம். நமது பிரச்சனைகளுக்கான தீர்விலிருந்து, கற்பனை வளம் மிக்க புதுப்புது படைப்பாற்றல் வரை, எல்லாமுமே தூக்கத்தின் ஆழ்நிலையில் நமக்கு கிடைக்கின்றன.

முதலில் **'உறக்கம்'** என்றழைக்கப்படுகின்ற தூக்கத்திற்கும், **'நித்திரை'** என்று சொல்லப்படுகின்ற ஆழ்நிலைக்கும் வித்தியாசம் இருப்பதை, நாம் உணர வேண்டும். **உறக்கம்** என்பது, கண்ணை மூடிக்கொண்டு சொப்பனம் காணும் ஓர் செயல் ஆகும். ஆனால், **'நித்திரை'** என்பது கனவுகளற்ற ஆழ்நிலைத் தூக்கம் ஆகும். வெறுமனே தூக்கம் என்று சொல்லிவிட்டால், எல்லாமுமே ஒரே போலத்தான் பொருள் படுவதாக தோன்றக் கூடும். அறிவியலாளர்கள் தூக்கத்தினை பல அடுக்குகளாக பிரித்து தூக்கத்தின் பல்வேறு வகைகளைக் குறித்து தெளிவுபடுத்த எண்ணுகின்றார்கள். அதாவது, 'ஆழ்நிலை தூக்கம், மேல்மட்ட தூக்கம், வெட்டுத்

தூக்கம், அரைநிலை தூக்கம்' என பலவகையாக பிரித்தறிய முயற்சிக்கின்றனர். ஆனால், தூக்கத்தில் இரண்டு வகைகள் மட்டுந்தான் இருக்கின்றது. 1. கனவுகளற்ற உறக்கம், 2. கனவுகளோடு கூடிய உறக்கம். கனவுகளற்ற உறக்கம் என்பதைத் தான் **'நித்திரை'** என்று அழைக்கின்றோம். கனவுளோடு கூடிய உறக்கத்தைத் தான் **'தூக்கம்'** என்கிறோம். தூக்கத்திற்கும் நித்திரைக்கும் வேகுபாடுகள் நிறைய வேறுபாடுகள் இருந்தாலும், தூக்கத்தினைக் கடந்து தான் நித்திரைக்குச் செல்ல முடியும். அதாவது, தூக்கத்தில் மூன்று பெரும் பிரிவுகள் இருப்பதாக அறிவியலாளர்கள் சொல்வார்கள். 'மேலோட்டமான தூக்கம்', 'NREM தூக்கநிலை, REM தூக்கநிலை' ஆகும். இந்த மூன்று தூக்க நிலைகளும் ஒன்றையொன்று கடந்து தான், மற்றொரு நிலைக்கு செல்ல முடியும். அதாவது 'மோலோட்டமான தூக்கத்திலிருந்து, NREM நோக்கி நிலைக்கும், NREM தூக்க நிலையிலிருந்து REM தூக்க நிலைக்கும்' ஒன்றையொன்று தொடர்ந்து தான் செல்ல முடியும்.

இதேபோலத்தான், **'நாம் சாதாரண தூக்கத்திலிருந்து நித்திரைக்குச் செல்கின்றோம்'**. அறிவியலாளர்களைப் போல புதுப்புது பெயர்களை வைத்துக் கொண்டு, குழப்பிக் கொள்ள தேவையில்லை. ஏனெனில், ஆங்கிலத்தைப் பொறுத்தவரை தூக்கம் என்பதற்கு' **SLEEP'** என்கிற ஒற்றை வார்த்தையை மட்டுமே பயன் படுத்துவார்கள். ஆனால் தமிழில் தூக்கத்திற்கு 3 வகையான வார்த்தைகளைப் பிரயோகப் படுத்துவார்கள். அதாவது **'தூக்கம், உறக்கம், நித்திரை'** இது மூன்றிற்கும் ஒரே பொருள்தானே என வினவினால், அது தவறு. ஏனெனில் இந்த மூன்றும் ஒரே பொருள்படும் வார்த்தைகளாக இருந்தாலும் கூட பயன்படுத்தும் இடங்களைப் பொறுத்து பொருள் மாறுபடும். அதாவது,

'**தூக்கம்**' என்பது கண்களின் ஓய்வு ஆகும்.

'**உறக்கம்**' (அ) **துயில்** என்பது உடலின் ஓய்வு ஆகும்.

'**நித்திரை**' என்பது மனதின் (மூளையின்) ஓய்வு.

— இப்பொழுது உங்களுக்கு நன்கு விளங்கியிருக்கலாம். '**தூக்கம், உறக்கம், நித்திரை**' இவை மூன்றும் ஒரே பொருள்படும் படியான வார்த்தைகளாக இருந்தாலும் கூட, பயன்படுத்தும் இடத்தைப் பொறுத்து பொருள் மாறுபாடு அடைகின்றன. படுக்கைக்கு சென்றவுடனேயே முதலில் நமக்கு வருவது, உறக்கம் மட்டுந்தான். அதனைத் தொடர்ந்து தான் தூக்கம் வரும். பின் அதனைத் தொடர்ந்து தான் நித்திரைக்குச் செல்ல முடியும். அறிவியலாளர்கள் ஒரே பெயரை வைத்துக் கொண்டு குழப்பக் கூடாது என்பதற்காக, NREM, REM போன்ற புதுப்புது பெயர்களை சூட்டியிருக்கின்றனர். ஆனால், தமிழில் தூக்கத்தின் மூன்று நிலைகளுக்கும் தனித்தனியான பெயர்களைக் கொடுத்து வேறுபடுத்தி யிருக்கின்றோம்.

ஆக, நாம் இந்த புத்தகத்தில் அடுத்தடுத்த அத்தியாயங்களில், குறிப்பிட்டு பேசப்போகும் தலைப்பு '**நித்திரை**' பற்றிய உறக்கத்தை மட்டுந்தான்.

அமெரிக்காவில் பேஸ்பால் வீரர்களுக்கு மத்தியில் ஒரு மருத்துவ பரிசோதனை ஆய்வு நிகழ்த்தப்பட்டது. அந்த ஆய்வின் முடிவில் பல அதிர்ச்சிகரமான உண்மைகள் வெளிவந்தன. அதாவது, பேஸ்பால் விளையாட்டு வீரர் ஒருவர் தன்னுடைய போட்டிக்காக இரண்டு மாதங்களாக காத்துக் கொண்டிருக்கிறார், என்று வைத்துக் கொள்ளலாம். அந்த இரண்டு மாதங்களிலும்

அவருக்கு இரவு நேர தூக்கம் என்பது சுமார் 2 மணி நேரங்கள் மட்டும் தான். அப்படியானால், ஒரு நாளில் 22 மணி நேரங்கள் அவர் உறங்கவதே கிடையாது. (அ) தூக்கத்திலும் கூட அவரின் சிந்தனை பேஸ்பால் விளையாட்டை மையப்படுத்தியே எண்ணங்கள் அலைபாய்ந்து கொண்டிருந்தன. அந்த வீரர்கள் தூக்கத்தில் கூட தாங்கள், விளையாடிக் கொண்டிருப்பதைப் போன்ற கனவினையே உருவாக்குகின்றார்கள் என்பதும் தெரிய வந்தது.

இதே சோதனை, கடற்படையைச் சார்ந்த மாலுமிகளுக்கும் நடத்தப்பட்டது. கப்பலில் வேலைசெய்யும் பணியாளர்கள், ஒருநாளில் சுமார் 20 நிமிடங்களுக்கு மட்டுந்தான் உறக்கம் கொள்கின்றனர், என ஆய்வு முடிவு சொன்னது. ஆறுமாத கடல் பயணத்திற்கு பிறகு, நாடு திரும்பும் அவர்கள் படுக்கையிலேயே மீதமுள்ள ஆறு மாதத்தினை கழிப்பதாகவும் ஆய்விலிருந்து தெரிய வந்திருக்கின்றது. ஆக படைப்பாளிகளுக்கும் உழைக்கும் வர்க்கத்தினருக்கும் தூக்க மின்மைக்கான முக்கிய காரணமாக பார்ப்படுவது சிந்தனை தான். சிந்திக்கும் பொழுது மனம் விழிப்படைகின்றது. அந்த விழிப்பு நிலை தூக்கத்திலும் தொடர்கின்றது. ஆகவே, கனவுகள் உருவாகின்றன. சிந்தனை உறக்கத்தைக் கெடுக்கின்றன. **'சிந்திக்கும் மனிதன் நிம்மதியான உறக்கம் கொள்வதில்லை'** என்பதே இந்த ஆய்வு முடிவு நமக்கு எடுத்துக் காட்டுகின்றது. பேஸ்பால் வீரர்களும், கப்பல் மாலுமிகளும் உறக்கம் கொள்வது கிடையாது; அவர்கள் வெறுமனே தூங்குகின்றனர் (கண்கள் மட்டும் ஓய்வெடுக்கின்றது)

ஒருசராசரி மனிதனுக்கு வேண்டியதெல்லாம், நிம்மதியான **உறக்கம்** மட்டுந்தான். அதாவது

சிந்தனையற்ற உறக்கம். பொதுவாக நாம் கனவுகளில் சிந்திப்பது கிடையாது. (அ) எல்லா கனவுகளும் நம்மை சிந்திக்க வைப்பது கிடையாது. ஆனால், பேஸ்பால் வீரர்கள், கப்பல் மாலுமிகள் விசயத்தில், இது நேர்மாறாகவே உள்ளது. அவர்கள், 24 மணிநேரமும் சிந்தித்துக் கொண்டிருக்கிறார்கள். ஒரே இலக்கை எதிர்நோக்கி காத்துக் கொண்டிருக்கிறார்கள். அந்த எண்ணங்கள் அவர்களுக்குள் நேர் (அ) எதிர் மறையான விவாதங்களுக்கு வழிவகை செய்கின்றன. ஆகவே, அவரது சராசரி வாழ்நாளின் பாதியை, தூக்கமற்ற சிந்தப்பிலேயே செலவிடுகிறார். இந்த தூக்கமின்மையினால், தேவையற்ற அச்சமும் பதற்றமும் அவரின் உடல் நலனை வெகுவாக பாதிக்கின்றது.

உறக்கத்தில் இரு வகைகள் உண்டு (அதாவது உடலின் ஓய்வு). உறக்கத்தின் போது உடல் மட்டுந்தான் ஓய்வெடுக்குமே தவிர, மனம் ஓய்வெடுப்பது கிடையாது. ஆகவே, உறக்கத்தின் போது கனவுகள் எழக்கூடும். அவ்வாறான கனவுகளோடு கூடிய உறக்கத்தில் இரண்டு வகைகள் உண்டு. 1) சிந்திப்பதினால் உருவாகும் கனவு 2) சிந்தனையற்ற எண்ணத்தினால் உருவாகும் கனவு

சிந்தனையற்ற எண்ணத்தினால் உருவாகும் கனவுகளினால், நமக்கு எந்த உடல்நல பாதிப்பும் ஏற்படுவதில்லை. (உ-தா) ஒரு குழந்தை உறங்கிக் கொண்டிருக்கும்போது மருத்துவராகிவிட்டதாக கனவு காண்கின்றது. இந்த கனவு குழந்தையின் உடல்நலனையோ மனநலனையோ பாதிப்பதில்லை. ஏனெனில், மருத்துவராக வேண்டுமென்ற விருப்பம், அக்குழந்தைக்கு வெறும் எண்ணம் மட்டுந்தான். அது கனவாக வெளிப்படும்போது, மேற்கொண்டு நிம்மதியாக

உறக்கத்தினையே வழங்குகின்றது. நம்முடைய விருப்பங்கள் எதுவாக இருந்தாலும், அது நமது எண்ணங்களிலிருந்து உண்டாவது தான். அது கனவாக பிரதிபலிக்கும் போது, நம் உடல் நலனோ மனநலனோ பாதிப்பதில்லை.

இரண்டாம் வகையான, **சிந்திப்பதினால் உருவாகும் கனவுகள் தான்,** உடல் நலனையும் மனநலனையும் வெகுவாக பாதிக்கின்றது. ஒரு பேஸ்பால் வீரருக்கும், ஒரு கப்பல் மாலுமிக்கும் வருகின்ற கனவுகள், இந்த வகையைச் சேர்ந்தது தான். இந்த கனவுகள் அவர்களின் சிந்தனையிலிருந்து (அ) சிந்திப்பதினால் உண்டாகின்றன. ஆகவே, உவர்களுக்கு உறக்கம் வருவதில்லை. மாறாக, கண்கள் மட்டுமே தூங்கி வழிகின்றன.

இந்த இரண்டாம் வகையைச் சார்ந்தவர் களாகத்தான் நம்மில் பலர், இந்நவீன சமூகத்தில் உலவி வருகின்றோம். நம்முடைய எண்ணங்கள் யாவும் சிந்தனையை கிளறி விட்டிருக்கின்றன. ஆழ்ந்து சிந்திக்கும் தலைமுறையான நமக்கு, **தூக்கமின்மை'** ஏற்படவதில் ஆச்சர்யமில்லை. இதனால்தான் இதுவொரு மனநோயாக மருத்துவத் துறையினால் பாவிக்கப்படுகின்றது..

உண்மைதான் **'தூக்கமின்மை'** என்பது ஒரு மனநோய்தான். ஆனால் அதை தூக்கமின்மை என்று சொல்வதை விட, **'உறக்கமின்மை'** என்று சொல்வது தான் சரியாக இருக்கும். ஏனெனில், நவீன சமூகம் கண்களுக்கு மட்டுந்தான் ஓய்வினை வழங்குகின்றதே தவிர, உடலுக்கு அல்ல. கண்கள் மட்டுந்தான் தூங்குகின்றது. அவர்களின் மனம் எப்போதுமே உறங்குவதில்லை. அடுத்த நாளை நோக்கிய அச்சம், எதிர்காலம் நோக்கிய தேவையற்ற பதற்றம் - இவையெல்லாம் சேர்த்து அவர்களின்

மனதை கிளறி விடுகின்றன. அவர் நிம்மதியாக உறக்கம் கொள்வதில்லை.

மருத்துவத் துறையைப் பொருத்தவரை, மனிதனுக்குள் இருக்கும் **'மனித காடிகாரம்'**, செயற்கையான ஒளி ஊடகங்களினால் (கைப்பேசி, மின்சார விளக்குகள்) பாதிக்கப்பட்டிருக்கின்றது. ஆதலால் தான், நவீன மனிதன் நிம்மதியாக உறங்குவதில் இவ்வளவு பிரச்சனைகள் இருப்பதாக சொல்கின்றனர். இதையே, அறிவியளாலர்களும் ஒப்புக் கொள்கின்றனர். ஆனால் உறக்கமின்மைக்கு காரணம் இவை மட்டுமே கிடையாது. நாம் ஏற்கனவே சொன்னதைப் போல **சிந்தனைதான்** உறக்கமின்மைக்கு முக்கியமான ஒரு காரணம் ஆகும். செயற்கையான உறக்கத்தை வரவழைக்கும் மாத்திரைகளால் உடல்நலம் பாதிக்கப் படுவதின்றி, மனநலமும் சேர்ந்தே பாதிக்கப்படுகின்றது. அதற்கு காரணம், மாத்திரையிலுள்ள வேதிப் பொருள் கிடையாது. செயற்கையாக உடலை ஏமாற்றி தூங்க வைத்துவிட்டாலும் கூட, மனம் எப்பொழுதும் உறங்குவதில்லை. அது சிந்திப்பிலேயே ஆழ்ந்திருக்கின்றது. தேவையற்ற பதற்றத்தையும் பயத்தையும் உண்டு பண்ணுகின்றது.

இதுவரை தூக்கம் மற்றும் உறக்கத்தினை மட்டுமே கண்டோம். இனி **'நித்திரை'** என்றால் என்ன வென்று காண்போம்.

'நித்திரை' என்பது மனதின் ஓய்வு ஆகும். அதாவது, சிந்தனையற்ற கனவுகளற்ற மனதின் (மூளை) ஓய்வு. அறிவியலாளர்கள் இதனை ஆழ்நிலை உறக்கம் என்று கூறுவார்கள். அதாவது, தன்னுணர்வற்ற உறக்கம்; தன்னிலை மறந்த தூக்கம். 'நேரம், காலம், இடம், உடல், பொருள், சிந்தனை, எண்ணம், உணர்ச்சி' என மனிதனின் எல்லா புலனறிவு சார்ந்த உணர்வுகளையும் மறந்து ஓய்வெடுக்குப்பது.

இதைத் தான் **'நித்திரை'** என்று அழைக்கின்றோம். கிட்டத்தட்ட இதுவரை **'கோமா'** நிலை என்றுகூட சொல்லலாம்.

ஆனால் உண்மையான **கோமா** நிலையிலுள்ள நோயாளிக்கும், **நித்திரை** கொள்பவருக்கும் நிறைய வித்தியாசம் வேறுபாடு இருக்கின்றன. **'கோமாவும் நித்திரையும்'** கிட்டத்தட்ட ஒரே போன்ற உறக்க நிலையைத் தான் குறிப்பிடுகின்றன. ஒரு **கோமா** நோயாளியால், ஆழ்ந்த உறக்கத்திலிருந்து மீண்டு வருவது கடினம். ஆனால், **நித்திரை** கொள்ளும் ஒருவரால், மீண்டு வந்துவிட முடியும். நித்திரை கொள்ளும் ஒருவருக்கு சிந்தனை எழும்பாது. உடலும் மனமும் நிம்மதியாக ஓய்வெடுக்கும். இந்த **நித்திரை** உறக்கத்தை, ஒரு தியானம் (அ) யோகாவினைப் போல நம்மால் செயல்படுத்த முடியும். அதுபற்றி பின்வரும் அத்தியாயங்களில் காண்போம்.

இப்போதைக்கு **'தூக்கம், உறக்கம், நித்திரை'** இம்மூன்றிற்குமான வேறுபாடுகளை நன்கு விளங்கிக் கொண்டிருப்பீர்கள்.

அறிவியலாளர்களைப் பொறுத்தமட்டில், ஒவ்வொரு மபிதனுக்குள்ளும் ஒரு **'மனித கடிகாரம்'** இருக்கின்றது. அந்த மனித கடிகாரம் தான் **'நாம் எப்போது தூங்க வேண்டும், எப்போது பசி எடுக்க வேண்டும், எப்போது பாலியல் உணர்வுகளை எழுப்ப வேண்டும்'** என்பது குறித்த அளவீடுகளை வழிநடத்துகின்றது. அலாரம் வைத்துக் கொண்டு, எந்த நேரத்தில் எந்த வேலையை செய்ய வேண்டுமென, **'மனித கடிகாரம்'** ஒவ்வொரு மனிதனுக்குள் இயங்கிக் கொண்டிருக்கின்றது, என அறிவியலாளர்கள் ஆமோதிக்கின்றனர்.

ஆனால் உண்மை அதுவல்ல. பொதுவாகவே, தூக்கத்தின் போது **'காலக் கோட்பாடு'** வேலைசெய்வதில்லை. (உ-தா) நீங்கள் மதிய நேரத்தில், வயிறு பட்ட சாப்பிட்டுவிட்டு குட்டித் தூக்கம் போடுவதாக வைத்துக் கொள்வோம். எழுந்து பார்க்கும் போது, நீண்ட நேரம் உறங்கிவிட்டதைப் போன்ற ஒரு பிரம்மை உங்களுக்கு உண்டாகியிருக்கும். மதியநேர தூக்கம் மாத்திரமல்ல, எந்த நேர தூக்கிலுங்கூட காலம் வேலை செய்வதில்லை. காலக் கோட்பாடு நிராகரிக்கப்படுகின்றது. **'தூக்கத்தின் போது, காலத்தின் சரியான வரையறை வேலைசெய்வது கிடையாது'**. அதாவது, தூக்கத்திற்கும் காலத்திற்கும் சம்பந்தமே கிடையாது. ஆனால், நவீன சமூகவாசிகளுக்காக அவர்களே தங்களுக்குத் தாங்களே உருவாக்கிக் கொண்டது தான் இந்த **'மனித கடிகார கோட்பாடு'** ஆகும். இந்த கோட்பாடு தூக்கத்திற்கு மட்டுமல்ல வேறெந்த உணர்வுகளுக்கும் (பசி,காமம்) பொருந்தாது. (உ-தா) நவீன மனிதனைத் தவிர ஏனைய உயிரனங்களுக்கான உணர்வுகள் எவ்வாறு உருவாகின்றன ?! அவற்றிற்குள்ளும் **'கடிகாரம்'** பொருத்தப்பட்டிருக்குமா என்ன ?! கிடையாது.

ஆழ்ந்து உறங்கும் ஒரு நபருக்கு காலக் கொள்கை தேவையற்றது. ஒருநாளைக்கு சுமார் 8 மணிநேர உறக்கம், 10 மணிநேர உறக்கம் என்பதெல்லாம் கட்டுக் கதை. அவ்வாறான வரையறைகள் யாவும் தேவையற்றவை தான். **'நித்திரை'** கொள்ளும் ஒரு நபருக்கு காலக் கொள்கை வேலை செய்வது கிடையாது. அது எவ்வாறு ?! என்பதை குறித்து விளக்கமாக அடுத்த அத்தியாயத்தில்...

2. காலம் என்னும் கானல்நீர்

சால்வடோர் டாலியைத் தவிர, உறக்கத்தைப் பற்றியும் காலத்தைப் பற்றியும் மிக விரிவாக படைபாற்றலில் பயன்படுத்திய நபர் வேறு எவருமில்லை. சர்ரியாலிச பாணியில் அமைக்கப்பட்ட அவருடைய ஓவியங்கள் யாவும், 'இடம் பொருள் காலம்' ஆகியவற்றை நிராகரிப்பதாகவே இருக்கின்றன. காலம் பற்றிய அவரது குறிப்பிடத்தக்க சில ஓவியங்கள் மிகவும் சுவாரஸ்யமானவை. அதாவது, காலத்தை எவ்வாறு தூக்க கனவுகள் பாதிக்கின்றன என்பதைப்பற்றி மிகை யதார்த்த பாணியில் சொல்லப்பட்டிருக்கும். (உ-தா) கடிகாரங்கள் கரைந்தோடுவதைப் போன்ற ஓவியம், உடலற்ற மனித முகம் கண்கள் கட்டப்பட்டதைப் போன்ற ஓவியம்.

'**காலம்**' என்பது ஒரு கோட்பாடு ஆகும். இரவு பகல், தட்ப வெட்பம், இடமும் இடம் சார்ந்த பகுதியும், புவியின் சுழற்சி இவற்றைக் கொண்டே நவீன **காலக் கோட்பாடு** கணிக்கப்பட்டிருக்கின்றது. நவீன கால கோட்பாட்டிற்கும், பண்டைய கிரேக்கர்களின் கால கோட்பாட்டிற்குமே நிறை வித்தியாசங்கள் வேறுபாடுகள் இருக்கின்றன. பண்டைய

நாகரீகங்களில், கிரேக்க, இந்திய, எகிப்திய, சுமேரிய நாகரீகங்களிலும் கூட வேறுபாடுகள் இருந்திருக்கின்றன. ஒருநாளைக்கு எத்தனை மணி நேரம் என்பதில் தொடங்கி, மாதம் வருடம் வரை, ஒரே சமாகலத்திலுங்கூட, பல்வேறு மாறுபட்ட விதிமுறைகள் பின்பற்றப்பட்டு வந்தன. சமகால நவீன உலகிலும்கூட, காலம் ஒரேமாதரியான கோட்பாடாக பாவிக்கப் படுகின்றதா என்றால், கிடையாது என்பது தான் பதில். இடத்திற்கு இடம், தட்ப வெட்ப நிலைக்கேற்ப, சமகால உலகிலும் கூட காலநிலை மாறுபாடு அடைகின்றது. (எ-கா) பிரமிடுகளின் அருகாமையில் நேரம் குறைந்து நகர்வதை உணரமுடியும்.

24 மணிநேரம் 365 நாட்கள் இதெல்லாம் பூமிக்கு மட்டுமே உரித்தான கோட்பாடுகள் ஆகும். ஆனால், பிரபஞ்ச கால கோட்பாடு வேறானது. பிரபஞ்சத்திற்கென்ற தனி காலக் கோட்பாடு உள்ளது; ஏனைய மற்ற கிரகங்களுக்கும் வெவ்வேறான காலக் கோட்பாடுகள் உள்ளன. ஆக, நாம் பொதுவாக ஏற்றுக் கொண்டிருக்கின்ற பூமியின் கால கோட்பாடு என்பது ஒரு தற்காலிகமான வரையறை மட்டுந்தான் என்பதில் ஐயமில்லை.

ஐஸ்டைனும், நீல்ஸ் ஃபோர் அவர்களும் கால கோட்பாட்டு விசயத்தில் ஒருவரை ஒருவர் கருத்து யுத்தத்தால் தாக்கிக் கொண்டதைப் பற்றி நீங்கள் அறிந்திருக்கலாம். இருவரின் ஆராய்ச்சியும் அணுக்கரு இயற்பியலைச் சார்ந்தாகவே இருந்தது. இருவரும் குவாண்டம் இயற்பியலைப்பற்றி தீர்க்கமாக ஆய்வு செய்திருந்தனர். இருவரும் காலக் கோட்பாடு குறித்து வரையறை செய்தனர். ஆனால், காலத்தைப் பற்றி மட்டும் இருவருக்குள்ளும் மிகப் பெரிய கலகமே வெடித்தது. காரணம் ஜன்ஸ்டீனைப் பொறுத்தமட்டில் காலம் என்பது,

பிரபஞ்சத்தின் தலையாய அங்கம். காலம் என்பது, பிரபஞ்சத்தின் நான்காவது பரிணாமம். காலம் என்பது தான் இப்பிரபஞ்சத்தையே ஆட்டுவிக்கின்ற மூலசக்தி. **பிரஞ்சத்தின் இடத்திற்கு இடம், கிரகத்திற்கு கிரகம் நேரம் மாறுபட்டாலுங்கூட, பிரபஞ்சத்திற்கென்ற பொதுவான காலம் என்பது நிலையானது தான்.** இப்பிரபஞ்சத்தில் உள்ள அனைத்து துகள் கூறுகளும் கால வெளியில் தான் மிதந்து கொண்டிருக்கின்றன. அதாவது, காலம் எனும் நதியில் தான் மிதந்து கொண்டிருக்கின்றன. (சால்வாடர் டாலியின் ஓவியத்தில் குறிப்பிடப்படுவதைப் போல)

ஆனால், நீல்ஸ்போரை பொறுத்தமட்டில், **காலம் என்பது வெறும் கருத்து மட்டுந்தான்.** தவிர, சூரியனைப் போலவோ, இதர கிரகங்களைப் போலவோ ஒரு கருபொருள் கிடையாது. காலம் எனும் கொள்கையை ஏற்றுக் கொள்ளும் வரையிலுந்தான் அதற்கான மதிப்பீடுகள் உள்ளது. தவிர, காலத்தினை ஒரு பொருட்டாகவே எடுத்துக் கொள்ள தேவையில்லை.

ஜன்ஸ்டீனைப் பொறுத்த மட்டில், காலம் என்பது கண்ணுக்கு புலப்படாத நிஜத்தில் இருக்கின்ற ஒன்று. ஜன்ஸ்டீன் கொள்கையை பின்பற்றுபவர்களே, பின்னாட்களில் **காலப்பயண** கோட்பாட்டிற்கும் வித்திட்டனர். காலப் பயணம் மேற்கொண்டு, கடந்த (அ) எதிர்காலத்திற்கு சென்று நிகழ்காலத்தின் வரலாற்றை மாற்றிவிட முடியும் என கருதுகின்றனர். நம்பிக் கொண்டிருக்கின்றனர்.

ஒருவேளை, காலம் என்ற ஒன்று இல்லாமலேயே இருந்தால் ?! வெறுமனே, நாம் அதனை மூடநம்பிக்கையாக நம்பிக்கொண்டிருந்தால் ?! ஆம், நீல்ஸ்போர் இதைத்தான் ஆமோதித்தார். கனவுள் இருப்பது என்று நம்புவதைப் போல, காலம் என்ற

ஒரு கருத்தை நாம் வெறுமனே நம்பிக் கொண்டிருந்தால் ?! கடிகாரம் இருக்கின்றது என்பதற்காக, காலம் என்ற கருத்து உண்மையாகிவிடுமா ? புகைப்படம் இருக்கின்றது என்பதற்காக, கடவுளின் இருப்பு உண்மையாகி விடுமா ?

ஆக, காலம் என்பது வெறும் கருத்து மட்டுந்தான். இரவுப்பகலை பார்த்துத்தான் எல்லா உயிர்களும் உறங்குகின்றனவா ? காலநேரம் பார்த்துத் தான் எல்லா உயிர்களுக்கும் பசி எடுக்கின்றதா ? (அ) காலநேரம் பார்த்து தான் உணவு உண்ணவும், கலவியிலும் ஈடுபடுகின்றனவா ?! கிடையாது. அறிவியலின் அடைப்படையைப் பொறுத்தமட்டில், புவியில் உள்ள எல்லா உயிர்களுக்கும் ஆயுட்காலம் உண்டு. மனிதனுக்கு மாத்திரம் அல்ல; கல்லுக்குக் கூட ஆயுட்காலம் உண்டு என ஆய்வறிக்கைகள் சொல்கின்றன.

இப்பூமி தோன்றிய காலத்திலிருந்தே இன்றுவரை உயிர்வாழும் உயிரினங்கள் உண்டு. அவற்றிற்கு இறப்பே கிடையாது. அவற்றிற்கு ஆயுட்காலமே கிடையாது. அவற்றை காலக் கொள்கையில் அடக்கிவிட முடியாது. அவைதான் **'மரங்கள்'.** சுமார் 20,000 வருடங்களுக்கு முற்பட்ட மரங்கள், இன்னமும் உயிர் வாழ்ந்து கொண்டிருப்பதாக, ஸ்காண்டினேவிய காடுகளில் இனங்காணப் பட்டுள்ளது. இந்த காடுகளில் 20,000 வருட பழமையான மரத்தினை அடையாளங்கண்டாலுங் கூட, இந்த காட்டின் தாய் மரத்தினை இன்னமும் கண்டுபிடிக்க முடியவில்லை. இந்த மரத்திற்கே 20,000 வருடங்கள் ஆகியிருக்கும் போது, தாய் மரத்திற்கு என்ன வயதாகியிருக்கும் ?! என்று ஆய்வாளர்களே மலைத்துவிட்டனர். ஆம், அந்த தாய்மரம், இன்னமும் அந்த காட்டில் உயிர்வாழ்ந்து கொண்டுதான் இருக்கின்றது. அது நிச்சயமாக,

இப்பூமியின் தோற்றத்திலிருந்தே கூட உயிர்வாழ்ந்து கொண்டிருக்கலாம், என்று ஆய்வாளர்கள் ஒருமனதான ஏற்றுக் கொண்டுவிட்டனர்.

எறும்பிற்கு 18 நாட்கள், யானைக்கு 100 வருடங்கள், நாய்க்கு 20 வருடங்கள், மனிதனுக்கு 80 வருடங்கள் என்று சொல்வதெல்லாம், கடிகார கோட்பாட்டினை நம்பிக் கொண்டிருக்கும் ஆய்வாளர்களின் கூற்று. தவிர, காலம் என்ற கருத்தை, மனிதர்களைத் தவிர வேறெந்த உயிர்களும் ஏற்றுக் கொண்டு வாழ்வதில்லை. ஏன் மரங்களுக்கு வயதாகவே இல்லை ?! இப்பூமியில் உள்ள எல்லா உயிர்களும் என்றாவது இறக்கத்தானே வேண்டும்..?! பிறப்பதும் மரணிப்பதும் பிரபஞ்ச இயல்பு தானே ?!

இப்பிரபஞ்சத்தில் இருவகையான ஆற்றல் உள்ளன. 1) நிலையான ஆற்றல் 2) இயக்கநிலை ஆற்றல். இருவகையான ஆற்றலை மையப்படுத்தியே இப்பிரஞ்சம் செயல்படுகின்றது. **'இயக்க நிலையிலுள்ள துகள்களுக்கு மட்டுந்தான்** காலம் எனும் கோட்பாடு பொருந்தும். (ஏற்றுக் கொள்ளாதவரை)

ஆனால், **'நிலையான துகள்களுக்கு காலம் எனும் கருத்து பொருந்தாது'.** பூமி இயக்கத்தில் தானே இருக்கின்றது?! ஆனால், மரங்கள் மட்டும் நிலையாக நிலைத்திருக்கின்றன. அதெப்படி, சுழலும் பூமியில் சுழலாத மரங்கள் இருப்பது சாத்தியமா ?!

சாத்தியம் தான். **'மரங்கள் ஆழ்நிலை உறக்கத்தில் இருக்கின்றன'** என்ற வார்த்தையை கேள்விப் பட்டிருக்கலாம். ஆம், மரங்கள் ஆழ்நிலை உறக்கம் எனப்படும் **'நித்திரை'** யில் ஆழ்ந்திருக்கின்றன. **'லார்ட் ஆஃப் தி ரிங்க்ஸ்'** திரைப்படத்தில் மரங்கள் நடப்பதைப் போலவும், பேசுவதைப் போலவும் சித்தரிக்கப்பட்டிருக்கும். ஷேக்ஸ்பியரின்

'மெக்பெத்' நாடகத்தில் கூட, மரங்கள் நடந்துவந்து மனிதர்களுடன் போர்புரிவதாக கற்பனை செய்யப்பட்டிருக்கும். அதாவது, தூங்கிக் கொண்டிருந்த மரங்கள் விழிப்படைந்து, நகரத் தொடங்கிவிடும். இது ஏன் உண்மகயாக இருக்கக் கூடாது ?! மரங்கள் தங்களின் ஆழ்நிலைத் தூக்கத்தில் இருப்கதாகவே, தற்கால அறிவியல் ஆராய்ச்சிகளும் உறுதி செய்கின்றன. ஆக, **மரங்கள் ஆழ்நிலைத் தூக்கத்தில் இருப்பதால் தான், அவற்றிற்கு வயதாவதே கிடையாது.** இறப்பும் நடந்தேறவில்லை. ஒரு மனிதனின் ஆயுட்காலம் இவ்வளவு காலந்தான், என அறிதியிட்டு கூறும் விஞ்ஞானிகளால், நிச்சயமாக ஒரு மரத்தின் ஆயுட்காலம் இவ்வளவு தானென்று அறிதியிட்டு கூற முடியாது.

தூக்கத்திற்கும், உறக்கத்திற்கும், நித்திரைக்கும் என்ன வேறுபாடுகள் என்பதைப் பற்றி முந்தைய அத்தியாயத்திலேயே கண்டோம். இதில் தூக்கமும், உறக்கமும் மட்டுந்தான், காலவெளிக்கு உட்பட்ட செயல்கள் ஆகும். **நித்திரை'** என்பது கால கோட்பாட்டிற்கு உட்பட்டதல்ல. அதாவது, உறக்கம் என்பது கண்களில் தொடங்கி, இதயத்தில் முடிவடைகிறது. தூக்கம் என்பது, இதயத்தில் தொடங்கி மூளையில் முடிவடைகின்றது. நித்திரை என்பது, மூளையில் தொடங்கி பிரபஞ்சத்தில் சென்று முடிவடைகிறது. அதாவது, நித்திரையில் மூழ்கியிருக்கும் ஒருவர், நேரடியாக பிரபஞ்சத்துடன் தொடர்பு கொள்ளுகின்றார். பண்டைய கிரேக்கத்தில் நித்திரை என்பது மரணத்திற்கு சமமானதாக கருதப்பட்டது. அதாவது, நித்திரையும் ஒருவகையான இறப்பிற்கு ஒப்பானதே என்று வாதிடவும் பட்டது.

அறிவியல் ஆய்வாளர்களின் கூற்றுப்படி, தூக்கத்தில் மூன்று நிலைகள் உள்ளன. 1) மேல்மட்ட தூக்கம், 2)

இடைமட்ட தூக்கம், 3) ஆழ்நிலைத் தூக்கம். அதாவது, N1, N2, N3. இவ்வாறாக மூன்று வகையாக தூக்கத்தைப் பிரிக்கின்றனர். இவை ஒவ்வொன்றும் ஒன்றையொன்று கடந்து தான் சொல்ல முடியும். அதாவது நீங்கள் படுக்கைக்கு சென்று கண் அயர முயற்சிக்கிறார்கள் என வைத்துக் கொள்வோம், அது தான் மேல்மட்ட தூக்கம்; அதாவது, N1 ஆகும். அடுத்து குறட்டை விட்டு தூங்குகின்றீர்கள். அதுதான் இடைமட்ட தூக்கம்; அதாவது N2 ஆகும். அடுத்து, தன்னிலை மறந்து தூங்குகின்றீரகள், அங்கே கனவுகள் உதிக்கின்றன. இதுதான், ஆழ்நிலை உறக்கம்; அதாவது N3 ஆகும்.

இங்கு **நித்திரை** என்று அழைப்பதும், அந்த N3-யும் (ஆழ்நிலைத் தூக்கம்) ஒன்றுதான். ஆழ்நிலைத் தூக்கத்திலும் கனவுகள் வரும். ஆனால், தூங்கி எழுந்தபின்பு நம்மால் நினைவுப்படுத்த முடிவது கடினம். (உ-தா) இதிகாசங்களில் யோகிகளும் ரிசிகளும் தவம் இருந்ததாக கேள்விப் பட்டிருப்போம். ஆயிரம் ஆண்டுகள் தவிமிருந்த அவர்களுக்கு சாகா வரம் கிடைத்ததாகவும் கேள்விப் பட்டிருப்போம். சாகாவாரம் பற்றி சொல்லப்படும் இக்கதைகளில், ஆயிரம் வருடம் எவ்வாறு தவம் இருந்திருப்பார் ?! உயிர் வாழ்ந்திழுப்பார் ?! எனும் கேள்வியை மறந்துவிடுகின்றோம். உண்மையில், தவம் மேற்கொள்ளும் அவருக்கு என்ன வரம் கிடைத்திருக்கும் என்று நீங்கள் நினைக்கிறீர்கள் ?!

ஆம், சரிதான். அவருக்கு ஞானம் எனும் வரம் கிடைத்திருக்கும். அதாவது, காலத்தை ஏற்றுக் கொள்வதினால் தான், ஆயுட்காலமும் சாகாவரமும் தேவைப்படுகின்றது. காலம் எனும் கருத்தையே நிராகரித்து, பிரபஞ்சத்துடன் இணைந்துவிடும் பட்சத்தில், சாகாவரம் எதற்காக தேவைப்படப்

போகின்றது! அவரின் காலம் பற்றிய ஞானம் தான் அந்த சாகாவரத்தின் இரகசியம் ஆகும்.

முந்தைய அத்தியாயத்தில் கூறப்பட்ட ரிப் வேன் விங்கிள்' கதையிலும் கூட, இதுவே நடந்திருக்கின்றது. இலக்கிய ஆய்வாளர்களின் பகுத்தறிவு ஆராய்சியை விட்டுத் தள்ளுங்கள். **ஒருவேளை 'ரிப் வேன் விங்கிள்' கதை உண்மையாகவே நடந்திருந்தால் ?!** ரிப், தன்னிலை மறந்து நித்திரையில் ஆழ்ந்திருக்கின்றான். 20 வருடங்கள் கழிந்து எழுந்து பார்க்கும்பொழுது, உலகமே மாறிப் போயிருக்கின்றது. அவன் தன் வீட்டிற்கு சென்று பார்க்கிறான், அங்கு அவன் வீடு இருப்பதில்லை. அவன் மனைவியும், கழுந்தைகளுங்கூட அங்கில்லை. மனைவி இறந்து விட்டிருக்கின்றாள். பிள்ளைகளுக்கு கூட வயதாகியிருக்கின்றது. ஆனால், ரிப் வேன் விங்கிள்-க்கு வயதாகியிருக்க வில்லை. காரணம், அவன் நித்திரையில் ஆழ்ந்திருந்தான். 20 வருடங்கள் கடந்திருந்தாலுங்கூட, அவன் தோற்றத்தில் மாறுபாடு (தாடி, உரோமம்) வளர்ந்துவிட்ட போதிலும், அவனுக்கு வயதாகியிருக்கவில்லை. நேற்றைக்குத் தான் குடித்துவிட்டு, படுக்கைக்குச் சென்று தூங்கிவிட்டு, இன்றுகாலை எழுந்து பார்க்கும்போது 20 வருடங்களாகிவிட்டாதாக எண்ணி ஆச்சர்யப்படுகின்றான்.

'இன்செப்சன்' என்ற திரைப்படத்தில் தூக்கத்தினைப் பற்றியும் கனவினைப் பற்றியும் மேலோட்டமாக விளக்கிச் சொல்ல முயன்றிருப் பார்கள். ஒருமனினதின் கனவிற்குள் செல்லும் ஆராய்ச்சிக் குழுவொன்று, அம்மனிதனின் மூளையைக் கிளறி, ஒரு யோசனையை விதைப்பது தான் அவர்களின் வேலை. கனவிற்குள் செல்லும் அவர்கள், பல நாட்களாக முயற்சி செய்து, பிற்பாடுதான் அந்த யோசனையை மூளையினுள்

விதைப்பார்கள். ஆனால், நிஜ உலகில் தூங்கிக் கொண்டிருக்கும் அந்த நபர் சில நிமிடங்கள் மட்டுமே தூக்கத்தில் ஆழ்ந்திருப்பார். அவரின் கனவில் நுழைந்துவட்ட அந்த ஆராய்ச்சி குழு இப்பணித் திட்டம் முழுவதையும், அந்த சில நிமிடங்களுக்குள்ளாகவே நடந்தேற்றியிருக்க வேண்டும். தூக்கத்தின் போது, நேரம் விரிவடைவதும், காலக் கொள்கை நிராகரிக்கப் படுவதும் தெள்ளத் தெளிவாக இப்படத்தில் காட்டப்பட்டிருக்கும்.

ஆக, ஆழ்ந்த தூக்கத்தில் (அதாவது நித்திரையில்) காலக் கோட்பாடு வேலை செய்வதில்லை. **நவீன மனிதர்களுக்கு தூக்கமே, உடல் நலம், உடல் ஓய்வு எனும் பட்சத்தில் தான் தேவைப்படுகின்றது.** தவிர, தூக்கத்தைப் பற்றிய எந்த பிரஞ்ஞையும் அவர்களுக்கு தேவையில்லாதது தான். விழித்திருப்பதை விட, தூக்கம் தான் மனிதனுக்கு இன்றியமையாத சொத்து என்பதை, அவர்கள் உணர்வதில்லை. மாறாக, தூங்கமலிருந்தாலுங்கூட நன்றாகத் தேனே இருக்கும் ?! தூக்கம் இல்லாமலேயே போய்விட்டால், வாழ்க்கையில் எத்தனையோ விசயங்களை சாதிக்கலாம், எனவும் பகல் கனவு காண்கின்றனர். இவ்வுலகம் காலத்தை பொதுக்காரணியாக எடுத்துக் கொண்டு செயல்பட்டு வருகின்றது. எல்லாமும் விதியின் படிதான் அமையும் என்று சப்பைக் கட்டுகின்றது. ஆனால், காலத்தை நிராகரிக்க, காலமின்மை கொள்கையைக் (Infinity) கூட எடுத்துக் கொள்ள தேவையில்லை. அந்த கருத்தையே தவிர்த்துவிடுவது நல்லது. இனி காலமற்ற நித்திரையைக் குறித்து அடுத்த அத்தியாயத்தில் தொடர்வோம்...

3. நித்திரையின் நுழைவாயில் அசாபேனோ

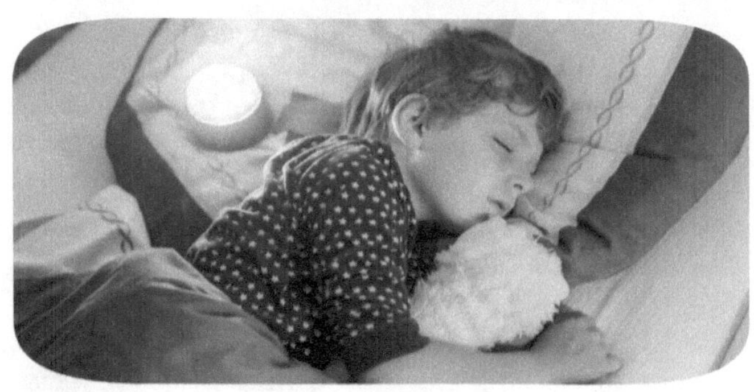

ஆழ்ந்த தூக்கத்திற்கென்று சில விதிவிலக்குகள் உள்ளன. எங்கு துங்குகின்றோம் ? எப்படி தூங்குகின்றோம் ? தூங்கும் அறை எப்படிப்பட்டது ? அதன் அளவு, தோற்றம், வரையறை, யார் அருகினில் தூங்குகின்றோம் ? தனியாக தூங்குவது சரியா ? கூட்டத்துடன் தூங்குவது சரியா ? என்பது போன்ற பல கேள்விகளை அவ்விதிவிலக்குடன் பொருத்தி பார்க்க முடியும். ஏற்கனவே குறிப்பிட்டதைப் போல ஆழ்நிலைத் தூக்கம் தான் காலத்தின் மீதான பாதிப்பை ஏற்படுத்துகின்றது. பிரபஞ்சத்தில் உலவும் இனம்புரியாத கதிர்களாலாம், கிரகங்களின் தனித்தனி ஈர்ப்பு விசைகளாலுங்கூட காலத்தின் மீதான கணிசமான தாக்கத்தை தான் உண்டாக்க முடியுமே தவிர, அதனை நிராகரித்துவிட முடியாது. ஆனால், ஆழ்நிலைத் தூக்கம் காலத்தின் மீதான மிகப் பெரும் பாதிப்பை உண்டு பண்ணுகின்றது. எனவே, வெறுமனே உடல் சோர்விற்கான ஓய்வாக தூக்கத்தினை பாவிக்காமல், பிரபஞ்சத்தின் அற்புதமான செயல்களில் ஒன்றாக பாவிக்கும் பார்வையை தூக்கத்திற்கு வழங்குங்கள். ஏனெனில், இனிவரும் அத்தியாயங்களில் தூக்கத்தின்

அற்புதங்களைப் பற்றித் தான் அலச விருக்கின்றோம்.

ஜப்பானின் பாரம்பரிய வீடுகளான டடாமி (Tatami) படுக்கையறையை உதாரணமாக எடுத்துக் கொள்வோம். கோரைப்பாய் விரித்து, அதன்மேல் பஞ்சு மெத்தை போட்டு, அதன் மேல் படுக்கை விரிப்புகள் விரித்து தூங்குவது தான், டாடாமியின் உள்ளடக்கம். ஜப்பானியர்கள் படுக்கைக்கென்றே தனி ஒரு அறையை ஒதுக்குகின்றனர். படுக்கையறை என நம் வீடுகளிலும் இருக்கும் தானே ?! என கேட்கிறீர்களா ?! அதுதான் கிடையாது. ஜப்பானியர்களின் படுக்கையறையில், டடாமி படுக்கையைத் தவிர (பாய், மெத்தை, படுக்கை விரிப்பு) தவிர, வேறெதுவும் கிடையாது. அந்த அறை முழுக்கவே வெட்ட வெளிச்சமாக, விசாலமாக இருக்கும். தேவைப்பாட்டால், வெளிச்சத்திற்காக ஒருயொரு விளக்கு மட்டும் எரிந்து கொண்டிருக்கும். தவிர, உங்களையும் படுக்கையையும் தவிர அந்த அறையில் வேறெதுவும் இருக்காது. தூங்குவதற்காக மட்டுந்தான் அந்த அறையினையும் பயன்படுத்த வேண்டும். இந்த பாரம்பரிய வழக்கத்தை தற்காலத்தில் மேற்கத்திய நாடுகளும் பின்பற்றத் தொடங்கிவிட்டன. நிம்மதியான உறக்கத்தினை பெறுவதற்கு, படுக்கையறை எவ்வளவு முக்கித்துவம் வாய்ந்தது என்பதை ஜப்பானிய கலாச்சாரத்திலிருந்து கற்றுக் கொள்ள முடியும்.

அப்படியே நேரெதிராக மேற்கத்திய உலகில், குறிப்பாக அமெரிக்காவின் படுக்கையறை முற்றிலும் தலைகீழோனது. இங்கிருக்கும் படுக்கையறை மிகவும் குறுகலானது; படுத்து தூங்கினால் மட்டும் போதுமானது என்கிற பாணியில் உருவாக்கப்பட்டது. மேலும், படுக்கையறையில் தூக்கத்தை தவிர்க்க கூடிய

எல்லா விடையங்களும் இடம் பெற்றருக்கும். அதாவது, புத்தகங்கள், கடிகாரம், பிரபலங்களின் சுவரொட்டிகள், மின்மினுக்கும் வண்ண விளக்குகள், ரேடியோ, டீவி, கணிணி, கைப்பேசி, இன்னும் பல. அமெரிக்கர்களின் தூக்கம் என்பது, நாம் ஏற்கனவே சென்ற அத்தியாயத்தில் சொன்னதைப்போல, கடமைக்கான தூக்கம் மட்டுந்தான். அவர்கள் தூங்குவதைத் தவிர, விழித்திருக்கும் நேரத்தையே மதிப்பு மிக்கதாக கருதுகின்றனர். எனவே அவர்களின் படுக்கையறை யிலுங்கூட, விழித்திருக்கும் நேரத்தில் பயன்படுத்தும் எல்லா விசயங்களும் இருக்கின்றன. ஒருபடி மேலே போய், குழுந்தைகளுக்கான அறையிலுங்கூட, நுகர்வுப் பொருட்களே நிறைந்திருக்கின்றன. (உ-தா) சிறுமி ஒருவளின் படுக்கையறையின் சுவர்களில், விண்வெளிக்கு செல்வதைப்போன்ற சுவரொட்டிகள் ஒட்டப் பட்டிருக்கும். இதற்கு மேற்கத்திய விஞ்ஞானிகளின் கருத்து விசித்திரமாக உள்ளது. அதாவது, தூங்கும் முன் நம் மனதில் எதனை பதிய வைக்கின்றோமோ, அதுவாகவே ஆகிவிட்டதாக தூக்கத்தில் கனவு காணத் தொடங்குவோம். பின்னாட்களில், அது உண்மையிலும் நடந்தேறும் அதிசயம் நிகழும் என்கின்றனர். அதாவது, வலிமையான எண்ணங்களை உருவாக்குவதற்காக இதுபோன்ற பழக்க வழங்களை நம்புகின்றனர்.

மீண்டும் ஜப்பானிற்கே வருவோம். டடாமி அறையில் தனிநபர் யாரும் படுத்துறங்குவது கிடையாது. மேலும், ஜப்பானிய கலாச்சாரத்தில் படுக்கைக் கென்று தனித்தனி அறைகள் ஒதுக்கப்படுவது கிடையாது. ஒரு மொத்த குடும்பத்திற்கும் படுக்கை என்பது பொதுவான ஒன்று தான். எவ்வளவு பெரிய வீடாக இருந்தாலும், ஒரேயொரு பனுக்கையறை தான் இருக்கும். அதனை படுத்து உறங்குவதற்கு மட்டுந்தான்

பயன்படுத்த வேண்டும். குடும்பத்தில் உள்ள அனைவரும் ஒன்றாக இணைந்து இரவு உணவருந்திவிட்டு, ஒன்றாகவே ஒரே அறையில் தனித்தனி படுக்கை விரித்து படுத்துக் கொள்கின்றனர். தனியுரிமை தனி வாழ்க்கை என்றெல்லாம் அவர்களின் அகராதியில் கிடையாது. குடும்பத்தில் உள்ளவர்களின் எண்ணிக்கையைப் பொறுத்து, படுக்கையறையின் அளவும் பெரிதாகிக் கொண்டே செல்லும். அதாவது அறையின் அளவு, குடும்பத்தின் எண்ணிக்கையைவிட பெரிய அளவில் இருக்கும்; விசாலமாகவும் இருக்கும். இதற்கான காரணமாக ஜப்பானியர்களிடமிருந்து 'மினிமலிச' கோட்பாடு சொல்லப்படுகின்றது. தூங்கும் போது, தூக்கத்தைத் தவிர வேறெந்த இடையூறுகளும் இருக்கக் கூடாது. மேலும், குடும்ப உறுப்பினர்கள் அனைவரும் ஒரே இடத்தில் படுத்து தூங்குவதினால், குடும்ப நபர்களின் எண்ணங்களையும் சிந்தனையைம் எளிதில் புரிந்து கொள்ள முடியும்; பகிர்ந்து கொள்ள முடியும் என்று சொல்கிறார்கள்.

அப்படியே அமெரிக்காவிற்கு செல்வோம். குடும்ப உறுப்பினர் ஒவ்வொருவருக்கும் தனித்தனி அறைகள் ஒதுக்கப்பட்டிருக்கின்றன. பெற்றோருக்கு ஒரு அறை, சிறார்களுக்கு ஒரு அறை, நாய்க்கு ஒரு அறை, பூனைக்கு ஒரு அறை என குடும்ப உறுப்பினர் அனைவருக்குமே தனித்தனி அறைகள் ஒதுக்கப்பட்டிருக்கின்றன. குடும்ப உறுப்பினர்கள் ஒவ்வொருவருக்குமான தனிப்பட்ட வாழ்க்கையை பாதிக்காத வண்ணம், அவரவர் சுதந்திரமாக தூங்க முடியும் என்று நம்புகின்றனர். அதிலும் வயது வந்த இளம் பிள்ளைகளின் தனிப்பட்ட வாழ்க்கை பாதிக்கப்படுவதாகவும், எச்சரிக்கைத் தெரிவிக்கின்றனர். மேலும், தனியாக உறங்கும் மனிதனினால், அதீத கற்பனை ஆற்றலை தன்வசப்படுத்த முடியும் எனவும் நம்புகின்றனர்.

ஒருவகையில், மேற்கத்திய நடைமுறையும் ஏற்றுக் கொள்ளும் படியாகத் தான் இருக்கின்றது. ஆனால், குடும்பத்திற்குள் குடும்ப உறுப்பினர்களைக் குறித்த எவ்வித பகிர்வுகளும், புரிந்துணர்வும் இருப்பது அரிதாகவே காணப்படும். (உ-தா) பெற்றோர்களால் பிள்ளைகளின் நடத்தையை கண்காணிக்க முடியாது. பிள்ளைகளினால், பெற்றோரின் விருப்பங்களை அறிந்து கொள்ள முடியாது.

அமெரிக்காவில் தூக்கத்தைக் குறித்த வித்தியாசமான ஒரு ஆய்வு நடத்தப்பட்டது. அதாவது, ஆய்வுக் கூடமாக ஓவிநக் கண்காட்சி கூடம் (Art Gallery) பயன்படுத்தப்பட்டது. இங்கே, தேர்ந்தெடுக்கப்பட்ட பத்து நபர்களை, ஒரு மாத காலத்திற்கு தூங்க வைக்க வேண்டும். முதல் பத்து நாளைக்கு, அவர்களை அந்த இடத்திற்கு நன்கு பழக்க வேண்டும். பின்னாடகளில் (20 நாட்கள்) அவர்களுக்கான பழக்கப்பட்ட இடமாக மாறிவிட்ட பின்பு, ஆழ்ந்த உறக்கத்தினை மேற்கொள்ள வேண்டும். அவர்கள் ஒவ்வொரு நாளும், தூங்கும் முன்னும் தூங்கி எழுந்த பின்னும், ஓவியங்களின் முகத்தில் தான் கண் விழிக்க வேண்டும். இந்த பரிசோதனைக்கான காரணம் யாதெனில், தூங்கும் நபர் தன்னை ஒரு ஓவியனாக கற்பனை செய்து கொண்டு, ஓவியங்களின் முகத்தில் விழிப்பானானால், அவன் ஒரு ஓவியக் கலைஞனாக மாற முடியுமா ?! என்பது தான் இந்த ஆராய்ச்சியின் நோக்கம்.

ஆரம்பத்தில் சுணுக்கம் காட்டிய பரிசோதனை யாளர்கள், பின்னாளில் ஆராய்ச்சிக்கு முழு ஒத்துழைப்பு வழங்கினர். அவர்களுக்கு இந்த ஓவிய கூடம் நன்கு பழக்கமாகிவிட்டது. தன்னையொரெ ஓவியனைப் போலவே பாவித்தும் கொண்டனர்; ஓவியத்தின் மீதான அபரிவிதமான ஆர்வமும் தோன்றிற்று. ஆனால், ஓவியராக மட்டும் ஆக

முடியவில்லை. அதற்கான முறையான பயிற்சிகள் இல்லாமல் அவர்களால், தொடர்ந்து இயங்க முடியவில்லை. ஆக, அமெரிக்கர்களின் கனவு தாங்கிய படுக்கையறைகள் பிரயோஜனமற்றது என விளக்கம் பெற்றது.

ஜப்பானையும் அமெரிக்காவையும் கடந்து, பழங்குடிகளின் வாழ்க்கையை சற்று உற்று நோக்குவோம். பெரும்பாலான பழங்குடிகள் இரவுப் பொழுதை குடும்பமாக, ஒரே குடிசையில் தான் தூங்கி கழிக்கின்றனர். அதாவது ஒரு குடும்பத்தில் மூன்று நபர்கள் இருப்பதாக வைத்துக் கொள்வோம். அவர்களின் சிறு குடிசையில், ஒரேயொரு நபர் மட்டுந்தான் நிம்மதியாக படுத்துறங்க முடியும் என்கிற இக்கட்டான நிலையில் இருக்கும். ஆனால், அந்த சிறு குடிசை அறையைத் தான் குடும்பத்திலுள்ள மூன்று நபர்கள் (அப்பா, அம்மா, பிள்ளை) பங்குபோட்டுக் கொள்கின்றனர். பழங்குடிகள் பொதுவாகவே, தங்களின் குடும்ப நபர்களின் எண்ணிக்கையைவிட குறுகலான குடிசைகளையே கட்டுகின்றனர். நெருக்கமாகவும், அருகருகேயும் படுத்துக் கொண்டு ஒருவரையொருவர் அணைத்துக் கொண்டபடி, உறங்குகின்றனர். 'வால்ப்ரி' (Warlpiri) பழங்குடிகள் இந்த படுக்கை பழக்கத்திற்கான விசித்திரமான விளக்கமொன்றை வழங்குகின்றனர்.

அதாவது, **'எங்களுடன் நீங்கள் 30 வருடங்கள் பழகுவதை காட்டிலும், ஒரே யார் நாள் எங்களுடன், எங்கள் குடிசையில் படுத்துறங்குங்கள்'** எங்களைப் பற்றிய முழு அரவணைப்பையும் பெற முடியும் என்கின்றனர். உண்மைதான், பழங்குடிகளின் வாழ்வியலை பின்தொடர்ந்து சென்று அவற்றை பதிவு செய்வதைக் காட்டிலும், அவர்களுடன் இரவுப் பொழுது கழிக்கும் பொழுது தான் அவர்களின் ஒட்டுமொத்த வாழ்வியலையும

உணர்ந்து கொள்ள முடிகின்றது, என்று ஆய்வாளர்கள் கருத்து தெரிவிக்கின்றனர்.

நியூசிலாந்தின் மாவோரி பழங்குடிகளும் இதையே ஆமோதிக்கின்றனர். அதாவது, கூட்டமாக சேர்ந்து தூங்கும் பொழுது, ஒருவரிடமிருந்து ஒருவருக்கு எண்ணங்கள் பரிமாறிக் கொள்வதாகவும், ஆழ்மன தொடர்பு ஏற்படுவதாகவும் நம்புகின்றனர். **தூங்கும் போது, ஒருநபரின் எண்ணம் மற்றொரு நபருக்குக் கடத்தபடுமா ?!** நிச்சயமாக கடத்தப்படும்.

பிரபல விஞ்ஞானி ஆண்டனி சாஃப்டன் எழுதிய 'ட்ரீம் ரீடர்' (Dream Reader) புத்தகத்தில் இரண்டு வெவ்வேறு நபர்களுக்கு ஒரே கனவு ஏற்பட்டதைப் பற்றி குறிப்பிட்டிருக்கின்றார். மேலும், வெவ்வேறு நபர்களுக்கு (முன்பின் அறிமுகமில்லாத) நபர்களுக்குங்கூட, ஒரே கனவு ஏற்பட்டிருப்பதாக ஆதாரத்துடன் ஆவணப் படுத்துகின்றார். ஒன்றிரண்டு சம்பவங்கள் மாத்திரமல்ல, ஓராயிரம் உண்மைச் சம்பவங்களை எடுத்துக் காட்டுகின்றார். கணவன் மனைவி, அம்மா மகள், இரட்டைச் சகோதர்கள், அண்ணன் தங்கை என உறவுகளுக்குள்ளும், நெருங்கிய நண்பர்கள், காதலர்கள், உறவுக்காரர்கள் என பலருக்கும் இதே போன்ற அனுபவங்கள் ஏற்பட்டிருக்கின்றன. இந்த அனுபவங்கள் பொதுவாக அருகருகிலிருந்து மட்டுமே நடந்தேறி இருக்கின்றது. அதாவது, சம்பவத்துடன் சம்பந்தப்பட்ட இரு நபர்களும் ஒரே வீட்டில் (அ) ஒரே படுக்கையில் (அ) ஒரே தெருவில் தங்களின் படுக்கையை பகிர்ந்து கொண்டிருக் கின்றனர். ஆகையால், அவர்களின் இருவருக்குள்ளும் ஒரே கனவுகள் வந்திருக்கின்றன. இருந்தாலும் லாஜிக்கலான பதிலை அறிவியல் பூர்வமாக அறிந்து கொள்ளலாம்.

என்றாவது நீங்கள் இதனை கவனித்தது உண்டா ?! கைப்பேசியை படுக்கையில் வைத்துவிட்டு உறங்கிவிட்ட நீங்கள் கைப்பேசி அழைப்பு வந்தவுடன் எழுந்திருக்கின்றீர்கள் ?! அப்போது இதனை கவனித்துண்டா ?! அதாவது, கைப்பேசி அழைப்பு வருவதற்கு முன்பாகவே, நீங்கள் விழித்துக் கொண்டிருப்பீர்கள். கைப்பேசி அழைப்பு வருவதற்கு முன்பாகவே, உங்களது தாக்கம் எவ்வாறு கலந்தது ?! காரணம், தொலைப்பேசி அலைக்கற்றை, கைப்பேசியை அடைவதற்கு முன்பாகவே, உங்களது மூளையைத் தொட்டிருக்கின்றது. ஆகவே, உங்களின் மூளை விழித்துக் கொள்கின்றது. உடனே உங்களுக்கொரு எச்சரிக்கை சமிக்ஞையை அனுப்புகின்றது. தூக்கம் தடைபட்டுவிடுகின்றது. இதேப்போலத்தான் ஒருவரிடமிருந்து மற்றொருவருக்கு, எண்ண அலைகள் பறிமாறிக் கொள்கின்றன. தொலைப்பேசியைப் போல வெகுதூரத்திற்கு அப்பால் உள்ள நபரின் மூளையை பாதிப்புக்குள்ளாக்க முடியாது. இருப்பினும் மனித எண்ண அலைவரிசை, மற்றொரு மனிதனின் மூளையை பாதிக்கக் கூடும்.

சரி, ஏன் ஒரே கனவு இருவருக்குள்ளும் வந்திருக்கும் என அறிந்து கொண்டோம். எப்படி வந்திருக்கும் என்றும் அறிந்து கொள்வோம். அதாவது, ஒரே சிந்தனையைக் கொண்ட இருநபர்கள் அருகருகே படுத்து உறங்கியிருக்கலாம். (உ-தா) கணவன் மனைவி, பிள்ளைகள், சகோதர்ரகள், தொழில்முறை பார்ட்னர்கள், காதலர்கள். ஆகவே, இருவரின் மூளையின் எண்ண அலைகளும் சேர்ந்து ஒரேபோல ஓர் கற்பனை கனவினை உருவாக்கியிருக்கின்றது. இதை விழித்திருக்கும் போதும் உணரலாம். தூங்கும்போது கூட உணரலாம். மேற்கத்திய நாடுகளில், பெற்றோருடன் படுத்துறங்கும் குழந்தைகளுக்கு (பத்து வயது வரை)

பெற்றோரிடமிருந்து, அரவணைப்பும் பாதுகாப்பு உணர்வும் கடத்தப்படுகின்றது என்று நம்புகின்றனர். கூடவே, தங்களின் பழக்க வழங்களும் எண்ணமும் சிந்தனையும் கூட கடத்தப்படுவதாக எண்ணுகின்றனர். ஆக, 'ட்ரீம் ரைடர்' புத்தகத்தில் குறிப்பிடப்பட்டதைப் போன்ற சம்பவங்களில் சம்பந்தப்பட்டவர்கள் பொதுவாக ஒரே சிந்தனை கொண்ட, ஒரே குடும்பத்தை சார்ந்த நபர்களாக மட்டுமே இருந்திருக்கின்றனர்.

ஆக, 'மாவோரி' பழங்குடிகளின் கருத்து மிகச் சரியானதே ஆகும். இதனை மேலும் உறுதி செய்யும் பட்சத்தில், ஆஸ்திரேலியாவைச் சார்ந்த சுற்றுப் பயணியொருவர் நியூசிலாந்திற்கு பயணம் செய்து, மாவோரிகளின் வாழ்க்கையை ஆவணப்படுத்த சென்றிருக்கின்றார். அப்போது, பழங்குடி ஆடவர் ஒருவர் இறந்துவிட்டதாக தகவல் வருகின்றது. மாவோரிகளின் இறப்பு சடங்கினை படம் பிடிக்க எண்ணிய அவர், அவர்களின் குடிசையிலேயே இரவுப் பொழுது முழுக்கத் தங்க வேண்டிய நிர்பந்தம் ஏற்பட்டது. அந்த இரவு நேரத்தில் இறந்தவரின் உடலை தகனம் செய்துவிட்டு, சில சாங்கிய சம்பிரதாய முறைகள் செய்யப்பட்டன. இறந்த நபரின் குடிசையில் அவரது, பெற்றோருக்கு நடுவே படுத்து உறங்கிய அந்த சுற்றுப் பயணிக்கு, வினோதமான கனவொன்று வந்திருந்தது. முன்பின் அறிமுகமில்லாத இறந்துபோன அந்த பழங்குடி இளைஞன், நொண்டி மான் ஒன்றுடன் விளையீடிக் கொண்டிருப்பதாக கனவு வந்தது. தூங்கி எழுந்ததும், இதுபற்றி அவரது குடும்பத்தாருக்கு தெரிவிக்கவே, அவர்கள் ஆச்சர்யத்தில் மூழ்கினர்.

ஏனெனில், உண்மையிலேயே இறந்துபோன அந்த இளைஞன், சிறுவயதில் நொண்டி மான் ஒன்றுடன் விளையாடிக் கொண்டிருந்ததை அவனின் பெற்றோர் உறுதி செய்தனர். அவனது

பெற்றோரிடமிருந்து, அவர்கள் சொல்லாமலேயே, அவனைப்பற்றிய சிறுவயது நினைவுகள் எப்படி, அந்த சுற்றுப் பயணியின் மூளையை எட்டியிருக்கும்?! எவ்வாறெனில், ஏற்கனவே துக்க கலக்கத்தில் இருந்த அவனது குடும்பம், ஆழ்நிலை உறக்கத்திற்கு சென்றுவிட்டனர். அந்த சமயத்தில் அவர களின் வீட்டில் சென்று தங்கிய சுற்றுப் பயணியும், பயணக் களைப்பில் அநர்ந்து தூங்கிவிட்டிருந்தார். அந்த சமயத்தில் ஆழ்நிலை தூக்கத்தில் குடும்பத்தினரின் யாரோ ஒருவரின் நினைவுகள், இவரின் ஆழ்நிலை தூக்கத்தில் மூளையை எட்டிருக்கின்றது. அதுவே கனவாகவும் வந்திருக்கின்றது. துக்க கலக்கத்தில் உள்ள (இறந்துபோனவரின் சவ ஊர்வலம்) வீட்டிற்கு சென்று பாருங்கள், அந்த துக்கம் உங்களையும் தொற்றிக் கொண்டுவிடும். துக்கமும் துன்பமும் அதிகரித்தால், உங்களுக்கு அதிகப்படியான களைப்பும் தூக்கமும் வந்து சேரும். (உ-தா) நீங்கள் மகிழ்ச்சியாக இருக்கும் சமயத்தை விட, துக்கத்திலும் துன்பத்தலும் இருக்கும்போதுதான் அதிக நேரம் தூங்குவீர்கள்.

ஆக, தூங்கும் போது (கூட்டமாக) எண்ணங்களின் அலைவரிசை ஒருவரிடமிருந்து ஒருவருக்கு இடம்மாறி கொள்கின்றன. பகிர்ந்தளிக்கப்படு கின்றன. இது ஆழ்நிலைத் தூக்கமான 'நித்திரை'-யில் மட்டுமே நடந்தேறும் செயல் ஆகும். தூங்கும் இருவரும் ஆழ்நிலைத் தூக்கத்தில் ஈடுபட வேண்டிய அவசியமில்லை. ஒருவர் ஆழ்நிலைத் தூக்கத்தில் ஈடுபட்டு, மற்றொருவர் இடைநிலைத் தூக்கத்தில் இருந்தாலுங்கூட, இடைநிலை தூக்க நபரின் எண்ண அலைகள், ஆழ்நிலைத் தூக்கத்தில் உள்ளோரை பாதிக்கும். இருவருமே ஆழ்நிலை தூக்கத்தில் இருந்தால், இருவரின் எண்ணங்களின் தத்தம் மறிமாறிக் கொள்ளும்.

ஆக, ஆழ்நிலைத் தூக்கமான **'நித்திரை'** உறக்கத்திற்கு, எங்கு தூங்குகின்றோம் ? எப்படி தூங்குகின்றோம் ? தூங்கும் அறை எப்பேற்பட்டது ? என்பது குறித்த விதிமுறைகள் அவசியமாகின்றன. இந்த நித்திரை தூக்கத்தின் கலாச்சார விதிமுறைகளுக்கு பெயர் தான் **'அசாபேனோ'** என்று பெயர். அசாபேனோ என்பது, ஆழ்நிலைத் தூக்கத்திற்கான விதிவிலக்குகள் மட்டமல்ல. ஆழ்நிலையின் எண்ணப் பறிமாற்ற அதிசயங்களும், இதில் அடங்கும். அறிவியல் முறைப்படி தூக்கத்தின் மூன்றாம் நிலையான N3-ல் இரண்டு வகைகள் உண்டு. 1) NREM மற்றொன்று 2) REM

ஆனால், நித்திரையில் ஒரேயொரு வகை மாத்திரமே உள்ளது. கனவுகளற்ற தன்னுணர்வற்ற உறக்கம் மட்டுந்தான். கனவுகளை நீங்கள் இழந்துவிடும் போதே, தன்னுணர்வையும் சேர்த்தே இழந்துவிடுகின்றீர்கள். அவ்வாறு தன்னுணர்வற்ற உறக்கத்தினால் என்ன பயன் ?! என்று கேட்கிறீர்களா ?! அடுத்த அத்தியாயத்தில் அதுபற்றி அலசப் பட்டிருக்கன்றது.

4. தூக்கமும் சிற்றின்ப வேட்கையும்

புகழ்பெற்ற ஓவியர் ஹென்றி ஃபுஷோலியின் 'நைட்மேர்' ஓவியத்தில், ஆழ்ந்து உறங்கிக் கொண்டிருக்கும் பெண்ணின் மீது 'இங்குபஸ்' என்கிற சாத்தான் உட்கார்ந்து கொண்டிருப்பதாக சித்தரிக்கப்பட்டிருக்கும். கூடவே, மறைந்திருந்து குதிரை ஒன்று பார்த்துக் கொண்டிருப்பதைப் போல வரையப்பட்டிருக்கும். இங்குபஸ்' மேற்கத்திய நாடுகளில் கனவினில் வந்து பயமுறுத்தும் ஒருவகை பேய். தூங்கும் நபரின் எதிர்மறை எண்ணங்களைத் தனக்கு சாதகமாக்கிக் கொண்டு உறங்கும் நபரின் சல்லாப ஆசைகளை நிறைவேற்றிக் கொடுக்குமாம். மறைந்திருந்து பார்க்கும் அந்த குதிரையும் பாலியல் தாபத்தின் ஓர் உருவகமே ஆகும். ஆழ்ந்த தூக்கதின் போது, பாலியல் சல்லாபத்தைக் கொடுத்து, உறக்கத்தைக் கெடுக்கும் இந்த இங்குபஸ், ஒரு உருவக கருபொருளே ஆகும். ஏனெனில், இவ்வோயியத்தில் இடம்பெற்றிருக்கும் அத்முனை கருப் பொருட்களுமே, ஒருவகையான உருவக கருப்பொருட்கள் தாம். ஆகவே, இங்குபஸ்-ம் கூட மறைமுகமான குறியீட்டு ரீதியிலான சித்தரிப்பு தான்.

ஓவியத்தில் குறிப்பிடப்பட்டிருக்கும் அந்த இங்குபஸ்தான் **காலம்** எனும் மாயை. ஆழ்ந்த உறக்கத்தின் போது, மனிதனின் எதிர்மறை எண்ணங்களைச் சாதகமாக பயன்படுத்திக் கொண்டு, உயிரைப் பறித்துவிடும் அபாயகரமான ஐந்து. ஏற்கனவே, சென்ற அத்தியாயத்தில் கண்டதைப்போல, காலத்தின் மீது ஆழ்நிலைத் தூக்கம் ஆதிக்கம் செலுத்துகின்றது. காலத்தினை பாதிக்கின்றது. காலமற்ற பிரபஞ்சவெளியை உண்டு செய்கின்றது. தூக்கம் மட்டுமே காலத்தை பாதிக்கும் காரணி மட்டுமல்ல; இன்னப்பிற செயல்களும் காலத்தை பாதிப்புக்குள்ளாக்குகின்றன. அதாவது, ஆழ்நிலைத் தூக்கத்திற்கு ஒப்பான, இன்னப்பிற செயல்களுமே கூட, காலத்தை வெகுவாக பாதிக்கின்றன. அவற்றுள் மிக முக்கியமானது பாலியல் காமம்.

ஆம், மேலே கண்ட ஹென்றி ஃபுஷோலியின் நைட்மேர் ஓவியமும் அதைத்தான் சொமறைமுகமாக சொல்கின்றது. ஆழ்ந்து உறக்கிக் கொண்டிருக்கும் ஒரு நபரின் தூக்கத்தினை பாலியல் தாபத்தைக் கொண்டு கலைத்துவிட எண்ணுகின்றது. பாலியல் வேட்யும், படுக்கைத் தூக்கமும் ஒன்றாக கொன்று மிக நெருங்கிய தொடர்புகளை உடையவை தான். இரண்டுமே காலத்தை பாதிக்கின்றன. காலக் கொள்கையை இல்லாமல் செய்கின்றன. ஆனால் ஒருபடி மேலே போய், ஆழ்ந்த உறக்கத்திற்கு காரணமே, பாலியல் வேட்கைதான் என்றாகிவிடுகின்றது. ஹென்றி ஃபுஷோலியின் ஓவியமும் கூட இதைத் தான் குறியீட்டு ரீதியாக சொல்கின்றது. பாலியல் வேட்கையே, ஆழ்நிலை தூக்கத்திற்கு அடித்தளம் போட்டுத் தருகின்றது என்று மறைமுகமாக விளங்க வைக்க முயற்சிக்கின்றது.

சிவனின் மடிமீது அமர்ந்து கொண்டு, இப்பிரபஞ்சம் குறித்த புரிபடாத விடையங்களை கேள்விகளாக கேட்கின்றாள் சக்தி. பிரபஞ்சத்தினைப் பற்றிய புரிபடாத அந்த கேள்விகளுக்கு, நேரடியாக பதில் கூறாமல், சங்கேத ரீதியிலான பதில்களை சக்திக்கு வழங்குகிறார், சிவன். சிவனும் சக்தியும் பாலுறவு கொள்ளும் போது, சக்தியிடமிருந்து கேட்கப்படும் பல்லாயிரம் கேள்விகளுக்கு, ஒவ்வொன்றாக விரிவான பதில்களை சிவன் வழங்கிக் கொண்டிருக்கின்றார். இந்த கேள்வி பதில்களின் தொகுப்பே தந்தரா எனும் நூலாக தொகுக்கப் பட்டிருக்கின்றது. (அ) தந்த்ரா எனும் வாழ்விநலாக வரையறுக்கப்பட்டிருக்கின்றது.

சிவனின் மீது அமர்ந்து கொண்டு, பாலுறவில் ஈடுபடும் சக்தி கேட்கும் கேள்விகள் அளப்பறியது. அதற்கு சிவன் வழங்கும் பதில்களோ அலாதியானது. ஆனால், அவர்கள் கொள்ளும் சிற்றின்பத்தின் கால அளவு என்னவாக இருந்திருக்கும் ?! அவ்வளவு கேள்விகளையும் கேட்டு, அவ்வளவு பதில்களையும் அடையும் வரையிலா சிற்றின்ப வேட்கை நீடித்திருக்கும் ?! கிடையாது.

சிற்றின்பம் நிகழும் காலம் குறுகியது தான். ஆனால், அது காலக் கோட்பாட்டின் மீது ஆதிக்கம் செலுத்துகின்றது. அதாவது, நமக்கு புரியும்படி சொல்வதானால் காலத்தை மெதுவாக்குகின்றது. (அ) காலத்தையே இல்லாமல் செய்து விடுகின்றது. ஆயரக்கணக்கான கேள்விகளை, அந்த குறுகிய கால இடைவெளிக்குள் சக்தியினால் கேட்டுவிட முடிகின்றது. ஆயிரக்கணக்கான கேள்விகளுக்கு பல்லாயிரக்கணக்கான பதில்களை சிவனாலும் வழங்கிவிட முடிகின்றது; அந்த குறுகிய கால இடைவெளிக்குள். ஆக, மனம் காலவெளியினுள் இயங்குவதில்லை, என்பதை தூங்காமலேயே

நம்மால் உணர்ந்து கொள்ள முடியும். ஆழ்நிலை தூக்கமும், சிற்றின்ப வேட்கையும் காலத்தை பாதிக்கின்றன. கூடவே, ஒன்றுக் கொன்று தொடர்புடன் ஒற்றுமையுடனும், நேரெதிரான பக்கங்களையும் உடையவை.

சிற்றின்ப வேட்கைக்குப் பின்னால், ஆழ்நிலைத் தூக்கத்திற்கு மிகமிக எளிமையாக சென்றுவிட முடியும். அதாவது, சாதாரணமாக N1-ல் ஆரம்பித்து படிப்படியாக, N2 மற்றும் N3-க்குச் செல்வதை காட்டிலும், சிற்றின்பத்தைத் தொடர்ந்து வரும் தூக்கத்தில், மிக விரைவிலேயே நேரடியாக N3 தூக்கத்தினை எட்டிவிட முடியும். ஆனால், நேரடியான ஆழ்நிலைத் தூக்கதிற்கும், படிப்படியான ஆழ்நிலைத் தூக்கத்திற்கும் நிறை வேறுபாடுகள் உள்ளன. நேரடியான ஆழ்நிலைத் தூக்கம் (சிற்றின்பத்திற்கு பின்னான தூக்கம்) விரைவிலேயே உயிரைப் பறித்துவிடும் அபாயம் உள்ளது. இதுபற்றி பிற்பாடு பார்க்கலாம்.

தூக்கமும் சிற்றின்பமும் காலத்தை பாதிக்கின்றது என்று பார்த்தோம். எவ்வாறு லாஜிக்கலாகவே காலத்தை பாதிக்கின்றது என்பது பற்றி இப்போது காண்போம்.

கடிகாரங்கள் கண்டுபிடிப்பதற்கு முன்பாக மக்கள் எவ்வாறு காலத்தை கணக்கிட்டனர் ?! இரவு பகல் மாறிமாறி வருதலையும், சந்திர மறலறும் புவியின் இருப்பு நிலையை அறிந்து கொண்டு, அதனை அடிப்படையாக கொண்டு காலத்தை வரையறுத்தனர். வாரம் மாதம் வருட்டம் என மொத்த காலண்டரும் தொடர்ந்து உருவாக்கப்பட்டது. ஆனால், இதெல்லா வற்றிற்கும் முன்பாக காலத்தினை வரையறை செய்ய **மூச்சுக் காற்றுதான்** பயன்படுத்தப்பட்டது.

ஆம், மூச்சுக் காற்றை வைத்துதான் காலம் கணக்கிடப்பட்டது. ஒவ்வொரு உயிர்களுக்கும் மூச்சுக் காற்றென்பது இன்றியமையாத ஒன்று. **மூச்சுக் காற்றைக் கொண்டு தான் ஒவ்வொரு உயிர்களுக்கான ஆயுட்காலமும் வரையறுக்கப் படுகின்றது** - என்று ஆயுர்வேதம் சொல்கின்றது. அப்படியானால், கடிகாரங்கள் கண்டறியப் படுவதற்கு முன்பான காலகட்டத்தில் மூச்சுக் காற்றின் அளவை வைத்துக் கொண்டுதான், காலம் கணக்கிடப்பட்டது. நமது நவீன கடிகாரத்தில் ஒரு நிமிடத்திற்கு 60 விநாடிகள். ஆனால் மூச்சுக் காற்றின் அளவை கணக்கிலிடுங்கள்.

ஒரு நிமிடத்திற்கு சராசரியாக மூச்சை உள்ளிழுத்தல், வெளிவிடும் எண்ணிக்கையை கணக்கிலிருங்கள். ஒரு நிமிடத்திற்கு **பதினான்கு தடவைகள்** தாம். ஆக, ஒரு நிமிடத்தில் மூச்சுக் காற்றின் அளவு வெறும் 14 தடவைகள் தாம். ஆனால், ஒரு நிமிடத்திற்கு 60 விநாடிகளாக நவீன கடிகாரத்தில் நேரம் கணக்கிடப்படுகிறது. ஆனால், பண்டைய காலக் கோட்பாட்டின் படி, ஒரு நிமிடத்திற்கு 4.2 நிமிடங்கள் சேர்ந்தது தான், 1 நிமிடத்திற்கு சமானமாக கருதப்பட்டது. அதாவது 60 விநாடிகள் என்பது 60 மூச்சுக்காற்றிற்கு சமானமாக எடுத்துக் கொள்ளப்பட்டால், 60 மூச்சுக் காற்றை உள்ளிளுத்து வெளியேற்றும் போது, சுமார் 4.2 நிமிடங்கள் ஆகிப்போயிருக்கும்.

ஆக, சராசரியான நவீன கால மனிதனின் 1 நிமிடத்திற்கும், பண்டைய கால மனிதனின் 1 நிமிடத்திற்கும் நிறைய வேறுபாடுகள் உள்ளன. பண்டைய கால மனிதன் மூச்சுக் காற்றை அவ்வப்போது உணர்ந்து கொண்டான். அதன்மீது முழுகவனத்தையும் செலுத்த தொடங்கினான். ஆகையால் தான் புத்தருக்கு மூச்சுக் காற்றினால் ஞானமும், இந்திய ஆயர் வேதத்தில் மூச்சிற்கான

முக்கியப் பங்கும் இடம்பெற்றிருக்கின்றன. புத்தரின் ஞானம் என்பது மூச்சுக் காற்றின் முக்கியத்துவத்தை கண்டறிவது மட்டுமல்ல, மூச்சுக் காற்றினால் காலம் பாதிப்புக்குள்ளாகின்றது, என்கிற ஞானமும் தான்.

ஆம், பண்டைய காலத்தில் மூச்சுக் காற்றைக் கொண்டே விநாடிகள் கணக்கிலெடுத்துக் கொள்ளப்பட்டன. இந்த கால அளவு எல்லா மனிதர்களுக்கும் பொதுவானதல்ல. இன்றைய நவீன காலத்தில் பொதுவான கமிகாரங்களை உருவாக்கி வைத்துக் கொண்டு, அதன் பின்னால் ஒவ்வொரு நபரும் ஓடிக் கொண்டிருக்கினர். ஆனால், பண்டைய காலத்தில் அவரவரின் மூச்சுக் காற்றுதான் கடிகாரங்களாக பயன்படுத்தப்பட்டது. அதாவது, ஒவ்வொரு மனிதனுக்கும் ஒவ்வொரு கடிகாரம்.

ஒவ்வொருரு மனிதனுக்குள்ளும் ஒரு **மனித கடிகாரம்** இருக்கின்றது. அதுதான், ஒவ்வொரு மபிதனின் தூக்கம், பசி, ஏக்கம் போன்ற எல்லா உணர்வுகளுக்கும் அடித்தளமாக உள்ளது. எந்த நேரத்தில் எந்த உணர்வு வர வேண்டும் என்கிற சமநிலையை கட்டுப்படுத்த உதவுகின்றது — இவ்வாறாக, நவீன அறிவியல் ஆய்வாளர்கள் கூறுகின்றனர். பண்டைய காலத்திலும் கூட இதேபோன்றொரு கோட்பாடுதான் பின்பற்றப்பட்டு வந்தது. ஆனால், சற்று வித்தியாசமான கோட்பாடு.

அதாவது, நவீன கால மனிதர்கள் ஒரே கடிகார கோட்பாட்டினை ஏற்றுக் கொண்டுவிட்டனர். இங்கு எல்லோருக்குமே 3 மணி என்றால், அது பொதுவானது தான்; கிழமைகள் பொதுவானது தான்; மாதங்கள் பொதுவானது தான்; எல்லோருக்குமே பொதுவான வருடங்களும்

பின்பற்றப்பட்டு வருகின்றன. எல்லோருக்கும் 2023-ம் தான்.

ஆனால், பண்டை காலகட்டத்தில் அவ்வாறு கிடையாது. மூச்சுக் காற்றினைக் கொண்டு ஒவ்வொரு நபரின் காலக் போட்பாடு, ஒருவருக் கொருவர் வித்தியாசப்படும். அதாவது, சராசரியான ஒரு மபிதனுக்கு ஒரு நிமிடத்திற்கு 14 தடவை மூச்சுக் காற்றை உள்ளெழுத்து வெளியேற்றுகிறான், என்று வைத்துக் கொள்வோம். சிலர் 20 தடவை மூச்சுக் காற்றை உள்ளிளுத்து வெளியேற்றலாம். சிலர் 40 தடவைக் கூட. சிலர் வெறும் 10 தடவையும் செய்யலாம். சிலர் 5 தடவையும் செய்யலாம்.

மூச்சுக்காற்றின் அளவைப் பொறுத்து அவரவரின் காலம் கணக்கிடப்பட்டது. அவரவரின் காலம் மாறுபட்டு விளங்கியது. அவரவரின் ஆயுட்காலமும் இதனால் மாறுபட்டது. வேகமாக சுவாசிக்கும் ஒரு நபரினால், அதிவேகத்தில் இயங்க முடியும். அவரது கால அளவு துரிதமாக இருக்கும். அதாவது, ஒரு நிமிடத்திற்கு 50 தடவை சுவாசிக்கிறார்கள் என வைத்துக் கொள்வோம். இது, சராசரி மனிதனை விட, 5 மடங்கு அதிகப்படியான சுவாச முறை ஆகும். இவர்களின் காலகோட்பாட்டின் படி, அகாலம் மிக வேகமாக நகர்ந்து கொண்டிருக்கும். (உ-தா) ஒரு முயலின் சுவாசத்தை எடுத்துக் கொள்ளுங்கள். முயல் சுவாசிக்கும் போது, மிகமிக வேகமாக சுவாசிக்கும். பதற்றத்திலும் அச்சத்தலும் உள்ள மனிதனும் மிகமிக வேகமாக சுவாசிக்கின்றான். — இவர்களுக்கெல்லாம் காலம் மிக வேகமாக ஓடுவதைப் போன்ற உணர்வு ஏற்படுவது இயல்பு தான். கூடவே, அவர்களின் ஆயுட்காலமும் வெகு விரைவாக முடிவடைந்து விடுகின்றது.

ஆயர் வேதத்தில், மனித மூச்சுக் காற்றிற்கென்று சில வரைறைகளை வகுத்து வைத்திருக்கின்றார்கள்.

அதாவது, ஒரு நாளைக்கு இவ்வளவு தடவை, ஒரு மாதத்திற்கு இவ்வளவு தடவை, ஒரு மணி நேரத்திற்கு இவ்வளவு தடவை என.. மூச்சுக் காற்றிற்கு வரையறை எழுதி வைத்துக் கொண்டு, வாழ்ந்து வந்தார்களாம். இன்றைக்கும் இந்திய ஆயுர்வேதத்தினை பின்பற்றுபவர்கள், மூச்சுக் காற்றின் அளவை கணக்கிலெடுத்துக் கொள்கின்றனர்.

ஆக, மூச்சுக் காற்றின் அளவை சுருக்குவதினால், காலத்தை மெதுவாக நகர்த்த முடியும். அதாவது, ஒரு நிமிடத்திற்கு 14 தடவை சராசரியான மனிதன் சுவாசிக்கிறான் என வைத்துக் கொண்டால், ஆயுர் வேதத்தினை பினபற்றும் ஒரு மனிதன், ஒரு நிமிடத்திற்கு வெறும். 5 தடவை மட்டுமே மூச்சையியழுத்து வெளியேற்றுகின்றான். இது சராசரி மனிதனை விட, 3 மடங்கு குறைவான எண்ணிக்கை ஆகும். ஆக, நவீன கால சராசரி மனிதனை விட, பண்டைய கால மனிதர்களின் நேரம் விரிவடைந்திருக்கும். அதாவது சராசரி மனிதனுக்கு 80 வருடங்கள் ஆயுட்காலம் என்றிருந்தால், பண்டைய மனிதனுக்கோ 280 வருடங்களாக இருந்திருக்கும் என்பதில் ஆச்சர்யமில்லை.

'ஸ்பை கிட்ஸ்-4' என்ற படத்தில், காலத்தை வைத்து பகடியாடியிருப்பார்கள். எதிர்கால உலகம் மிகமிக துரிதமாக செயல்படுவதாக சொல்லுப்பட்டிருக்கும். எதிர்காலத்தில் வசிக்கும் ஒரு மனிதன், காலையில் எழுந்து, குளித்து முடித்து சாப்பிட்டு எழுந்து சென்று ஆபீஸுக்கு புறப்படுவதற்கு முன்பாகவே, அடுத்த நாளே ஆரம்பித்துவிடும். அதாவது, எதிர்காலத்தில் நேரம் மிகமிக துரிதமாக செயல்பட்டுக் கொண்டிருப்பதாக, நகைச்சுவைநாக சொல்லப்பட்டிருக்கும். இந்த திரைப்படத்தில் மட்டுமல்ல, உண்மையிலேயே சமகாலத்திலும் கூட

நாம் நம்முடைய காலத்தை மிகமிக துரதப்படுத்தவே முயற்சிக்கின்றோம்.

சமகால நவீன உலகில் கடிகாரத்திற்கு பின்னால் ஓடும், நாகரீக உலகம் உருபெற்று விட்டது. கடிகாரம் இல்லாமல் நமக்கு எந்த வேலையும் செய்ய வராது. தூக்கமாக இருக்கட்டும், பசியாக இருக்கட்டும், மலம் கழிப்பதாக இருக்கட்டும்.. எல்லாமுமே கடிகாரத்தின் முள்ளை நோக்கிய நமது காலத்தினை வரையறை செய்து வைத்துக் கொண்டு வாழ்ந்து வருகின்றோம். ஆனால், பண்டைய மனிதர்கள் பொதுவான காலக் கோட்பாட்டினை ஏற்றுக் கொள்ளவில்லை. ஒருவருக்கொருவர் காலம் வித்தியாசப்பட்டது; வேறுபட்டது. ஆதலால், ஆயுட்காலமும் அதிகமாகவே இருந்தது.

சரி, மூச்சுக் காற்றைப் பொறுத்து, காலம் எவ்வாறு கட்டுப்படுத்தப் படுகின்றது என்று பார்த்தோம். **தூக்கத்திற்கும், சிற்றின்ப வேட்கைக்கும், மூச்சிற்கும் என்ன சம்பந்தம் என்பது குறித்து** இனி காண்போம்.

ஆழ்ந்த தூக்கத்தின் போது, ஆழ்ந்த மூச்சுவிடுதலை கவனித்திருப்பீர்கள். அடிவயிறு முழுக்கவே காற்று நிரம்பிவிடும் அளவிற்கு மூச்சை உள்ளே இழுத்து, மிக மெதுவாக அந்த காற்றினை வெளியேற்றுவீர்கள். விழித்திருக்கும் சமயத்தைவிட, ஆழ்ந்த உறக்கத்தின் போதுதான் சுவசம் மிகமிக மெதுவாக நடைபெறும். அதாவது, விழித்திருக்கும் சமயத்தில் ஒரு நிமிடத்திற்கு 14 தடவை மூச்சை உள்ளிழுத்தல் வெளியேற்றுகிறீர்கள் என வைத்துக் கொண்டால், ஆழ்ந்த தூக்கத்தின் போது, அது பாதியாக குறைக்கப்பட்டிருக்கும். அதாவது, ஏழு தடவை மட்டுமே மூச்சை உள்ளிழுத்து வெளியேற்றுவீர்கள். கூடவே, ஆழ்ந்த தூக்கத்தின் போது, சமகாலத்தில் நீங்கள்

பின்பற்றும் **காலக் கோட்படுகள்** எதுவும் உங்களின் நிதானத்தில் இருக்காது. **பதிலுக்கு, ஆழ்ந்த சுவாசமே உங்களின், புதிய காலக் கோட்பாடாக** மாறிப் போயிருக்கும். ஆக, சராசரி விழித்திருக்கும் நேரத்தைவிட, நீங்கள் ஆழ்ந்து தூங்கும் போது தான், காலத்தை மிகமிக மெதுவாக நகர்த்துகிறீர்கள்.

சிற்றின்ப வேட்கையில் ஈடுபடும்போது கூட, இதேபோன்ற கால பதிப்பு ஏற்படுகின்றது. ஆனால், ஆழ்ந்த தூக்கத்தைக் காட்டிலும் நேரெதிரான பாதிப்பை உண்டு செய்கின்றது. அதாவது, சிற்றின்பத்தின் போது, மூச்சிரைச்சல் வேகமாக நடைபெறுகின்றது. சராசரி மூச்சினைவிட இப்போது, பத்து மடங்கு அதிகப்படியான சுவாசம் நடைபெறுகின்றது. சிற்றின்பம், காலக் கோட்பாட்டினை பாதித்தாலுங்கூட, துரிதமான காலத்தினை வழங்குகின்றது. அதாவது, சிற்றின்பத்தில் சராசரியாக 15 நிமிடங்களைச் செலவிடும் ஒரு மனிதன், சுமார் 15 மணி நேரங்களைக் கடந்துவிட்டதைப் போன்ற திருப்தி அடைகின்றான். இந்த இடத்தில் தான் முரண்பாடே ஆரம்பிக்கிறது. அதென்ன முரண்பாடு என்று அடுத்த அத்தியாயத்தில் தொடர்க...

5. உறக்கத்தின் உள்ளார்ந்த அர்த்தம்

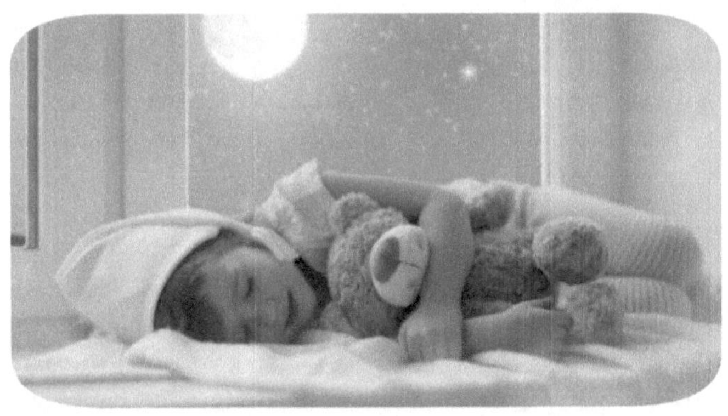

ஐன்ஸ்டைனின் பொதுசார்பியல் கொள்கையின் அடிப்படையில் தான், மனித கடிகார கோட்பாடு உருவாக்கப்பட்டிருக்கின்றது. ஒவ்வொரு உயிருக்கும் பிரபஞ்ச காலம் என்பது பொதுவானது (Constant) தான். ஆனால், ஒவ்வொரு உயிர்களின் இயங்கு வேகத்தைக் கொண்டு, நேரத்தினை நீட்டியோ, குறுக்கியோ அமைத்துக் கொள்கின்றன. பொதுசார்பியல் கொள்கையை பொறுத்தமட்டில் நிலையான காலம் என்று ஒன்று இருந்தாலுங்கூட, அதனை பயன்படுத்தும் மனிதர்களின் இயங்கு வேகத்தினைக் கொண்டு, நேரம் வேகமாகவோ, மெதுவாகவோ சென்று விடுகின்றது.

ஆனால், பண்டைய காலத்தில் காலம் என்ற கோட்பாடு, பொதுவானது கிடையாது. ஒவ்வொரு உயிர்களுக்கும் தனித்தனியான கால நிர்ணயம் இருந்தது. அது அவரவரின் மூச்சுக் காற்றினைக் கொண்டு அளவிடப்பட்டது. காற்றை இழுத்து வெளியேற்கும் கால அளவினைக் கொண்டு, மெதுவாகவோ, வேகமாகவோ நேரத்தை மதிப்பிட்டனர். அறிவியலைப் பொறுத்தமட்டில்

மிகச்சிறிய உயிரினங்கள் வலிமை பொருந்தியனவாக இருக்கும். (உ-தா) மிகச்சிறிய அணுவிலிருந்து தான், அலாதியான ஆற்றல் வெளிப்படுகின்றது. கண்ணுக்குத் தெரியாத நுண்ணியிர்கள் தாம், நோய்களை உருவாக்குகின்றன. ஆக, அறிவியலை பொறுத்தமட்டில் மிகச்சிறிய உயிர்களே வலிமை மிக்கதாக கருதப்படுகின்றது.

இரண்டாயிரம் வருடங்களுக்கு முந்தைய சமண சமயத்தில், உயிர்களின் மதிப்பு அதனின் பருமணளவைப் பொருத்து மாறுபட்டது. அதாவது, மிகச் சிறிய உயிரினங்களுக்கு மிகச்சிறிய ஆன்மாவும், பெரிய உயிரினங்களுக்கு பெரிய ஆன்மாவும் இருப்பதாக சொல்லப்பட்டது. (உ-தா) எறும்பிற்கு இருக்கும் ஆன்மாவை விட, யானையின் ஆன்மாவை அளவிலும், மதிப்பலும் உயர்வானது.

ஆயர் வேதத்தை பொறுத்தவரையில், ஒருநபரின் சுவாப்பை எவ்வளவு பெரிதானதோ அது தான் அந்த நபரின் மதிப்பீடு ஆகும். பண்டைய காலத்தில் சுவாசப்பை என்று, வயிற்றைத் தான் குறிப்பிடுவார்கள். தவிர, நுரையீரல் கிடையாது. நுரையீரலை விட, அதிகப்படியான மூச்சுக்காற்றை கிரகிக்கும் சக்தி வயிற்றுக்குத் தான் உண்டு. ஆக, வயிறு எவ்வளவு பெரிதாக இருக்கின்றதோ, அந்தளவிற்கு அந்த நபரின் ஆயுட்காலம் அதிகரிக்கும் என்று நம்பினர். (உ-தா) சீனாவின் புத்த சிலைகளையும், இந்தியாவின் குபேரன் சிலையையும் சொல்லலாம்.

ஆழ்ந்து தூங்கும் போது கூட, வயிற்றிலிருந்து தான் காற்று உள்ளழுக்கப்பட்டு, வெளியேற்றப்படும். சென்ற அத்தியாயத்தில், ஆழ்ந்த தூக்கத்தில் சுவாசிக்கும் மூச்சுக் காற்றைப் பொறுத்து நேரம் குறைபடுவதை குறித்து கண்டோம். ஆனால்,

சிற்றின்பத்தின் போது, நேரம் கூடுதலாக்கப் படுவதாகவும் கண்டோம்.

சிற்றின்பத்தின் போது, இதயத் துடிப்பு மிதமானதாக இருக்காது. சராசரியைவிட பத்து மடங்கு வேகமாக துடித்து, இரத்த ஓட்டத்தை அதிகரிக்கச் செய்யும். ஆகையால், இரத்த ஓட்டம் வேகமாக நடைபெற வேண்டுமானால் அதிகப்படியான காற்று, உடனடியாக உடலுக்கு தேவைப்படுகின்றது. ஒரு Air Compressor எந்திரத்தைப் போல, உடல் வேலை செய்தாக வேண்டும். இரத்த ஓட்டத்தை உடனடியாக துரிதப்படுத்த வேண்டும். ஆகையால், உடலுக்கு அதிகப்படியான உடனடியான காற்று அவசியமாகின்றது. ஆகையால், வேகமான சுவாசம் நடைபெறுகின்றது. சராசரியை விட, பத்துமடங்கு வேகத்தில் சுவாசம் நடைபெறுகின்றது. சிற்றின்பத்தில் ஈடுபடும் ஒரு நபர் சுமார் 15 நிமிடங்களுக்கு பாலுறவில் திழைத்திருக்கின்றார் எனில், அவருக்கு 15 மணி நேரம் ஆனதைப் போன்ற பிரம்மை உண்டாகின்றது.

அதாவது, 15 மணி நேரம் அவர் பயன்படுத்த வேண்டிய ஆற்றலை, வெறும் 15 நிமிடத்திலேயே வெளியேற்றி விடுகின்றார். ஆகையால் தான் அவருக்கு, 15 நிமிடம், 15 மணி நேரங்களாஜக காட்சியளிக்கின்றது. சிற்றின்பம் காலத்தின் மீது பாதிப்பை உண்டு செய்கின்றது. தூக்கமும் காலத்தின் மீதான பாதிப்பை உண்டு செய்கின்றது. ஆனால், தூக்கத்தில் சுவாசம் மெதுவாகவும், நேரம் மிதமாகவும் நகர்கின்றது ; ஆனால், சிற்றின்பத்தின் போது சுவாசம் வேகமாகவும், நேரம் வேகமாகவும் ஓடிவிடுகின்றது.

ஆகையால், வாழ்நாளின் அதிக நேரத்தை சிற்றின்ப வேட்கையில் ஈடுபாடு கொள்ளும் ஒரு நபரால், நீண்ட காலம் உயிர் வாழ முடியாது, என்று ஆயுர்

வேதம் கூறிகின்றது. தந்த்ராவில் சிவனும் சக்தியும் சிற்றின்பத்தில் ஈடுபடுவதாக சொல்லப் பட்டிருக்கும். அப்படியானால், சிற்றின்பத்தில் அதீத நாட்டம் கொள்ளும் சிவனும் சக்தியும் குறைந்த ஆயுளுடன் இருந்திருப்பார்களா ?! என்று கேட்டால், கிடையாது என்பது தான் பதில்.

ஏனெனில், தத்ந்ரா முறையிலான பாலுறவிற்கும், சராசரி மனிதன் கொள்ளும் சிற்றின்ப வேட்கைக்கும் நிறைய வேறுபாடுகள் உள்ளன. தந்த்ராவில், முதல் முக்கிய பங்கே மூச்சுக் காற்றிற்குத் தான் வழங்கப்படுகின்றது. தந்த்ரா பாலுறவின் போது, ஆழ்ந்த சுவாசம் நடைபெறுகின்றது. கிட்டத்தட்ட சுவாசப் பயிற்சி செய்யும் தியானத்தைப் போன்ற ஓர் செயலாக அது பாவிக்கப்படுகின்றது. ஆனால், சராசரி மனிதனின் பாலுறவு அப்படியாப்பட்டதல்ல. சராசரி மனிதனுக்கு மட்டுமல்ல, ஏனை உயிர்களுக்கும் பாலுறவின் நோக்கம் ஒன்றுதான். அது **'இனப்பெருக்கம்'** செய்வது தான். ஆனால், தந்த்ராவின் நோக்கம் அதுவானதல்ல. தந்த்ராவில் காலமே நின்றுவிடுகின்றது. காலத்தை மெதுவாக்குவதற்கே, தந்த்ரா பயிற்சி யுக்திகள் பயன்படுத்தப்படுகின்றன. ஆகையால், தந்த்ரா பாலுறவும், சராசரி சிற்றின்ப வேட்கைக்கும் நிறைய வேறுபாடுகள் உள்ளன.

சராசரியான சிற்றின்பத்தினை தொடர்ந்து, ஆழ்ந்த தூக்கம் எழும்புவதாக, முந்தைய அத்தயாயங்களில் கண்டோம். அதாவது N1 நிலையிலிருந்து படிப்படியாக N3 நிலைக்குச் செல்லாமல், நேரடியாகவே N3 நிலைக்குச் சென்றுவிடுவதாக கண்டோம். இந்த இடத்தில் தான் முரண்பாடு தொடங்குகின்றது. கிட்டதட்ட இதுவொரு மயக்க நிலை என்று கூட சொல்லலாம். தூங்குவதற்கும், மயங்கி விழுவதற்கும் நிறைய வித்தியாசங்கள்

இருக்கின்றன. தூங்குவது என்பது, ஒரு நிதானமான செயல். படிபட்டியான செயல்; முதலில் கண்கள் அயரும், பின் காதுகள் அடைத்துக் கொள்ளும், பின் உடலுறுப்புகள் ஒய்வெடுத்துக் கொள்ளும்; பிற்பாடாகத்தான் மனமும் உறங்கத் தொடங்கும். ஆக, ஆழ்நிலை தூக்கம் என்பது படிப்படியான ஒரு செயல். ஆனால், மயக்கம் என்பது அப்படியாப்பட்டதல்ல. உடனே ஆழ்நலைக்குச் சென்றுவிடுவது; அதாவது, உடலுறுப்புகள் உறங்காமலேயே, நேரடியாக மூளை உறங்கிவிடுகின்றது. (அ) மூளைக்கு ஒய்வு தேவைப்படுகின்றது.

அதாவது, 15 மணி நேர வேலையை வெறும் 15 நிமிடத்தில் செய்யும் போது, உடல் உறுப்புகள் அனைத்தும் வெகுவாக களைப்படைந்து விடுகன்றன. மூளைக்குச் செல்லும் இரத்தக் குழாயும் அடைத்துக் கொண்டுவிட்டு, ஆற்றல் பற்றாக் குறை ஏற்படுகின்படுகின்றது. இதனை ஈடு செய்யவே, மூளைக்கு உடனடியான ஒய்வு தேவை. அதாவது, ஒரு ரீச்சார்சபல் பேட்டரியைப் போல மூளை செயல்படத் துடிக்கின்றது. ஆழ்ந்து தூங்கி எழும் போது தான், மீண்டும் ஆற்றல் நிறைந்த மூளையாக தன் பணியினைத் தொடர முடியும்.

ஆனால், உடல் உறுப்புகளுக்கு அவ்வாறான தேவைகள் இல்லை. மூளை மட்டுந்தான் ஆக்கப்பூர்வமான அதிபதியாக இருக்கும் போது, உடனே ஒய்வு அதற்கு தேவைப்படிகன்றது. ஆனால், ஏனைய உடலுறுப்புகளுக்கு ஒய்வு என்பது மெதுவாகத்தான் நிகழ்தேறுகின்றது. குறிப்பாக, சிற்றின்பத்திற்கு பின்னான இதயத் துடிப்பு அடங்குவதற்கே நீண்ட நேரம் எடுத்துக் கொள்ளும். ஆழ்ந்து தூங்கிக் கொண்டிருக்கும் போதும் கூட, இதயத் துடிப்பின் வேகம் அதிகமாகத் தான் இருக்கும். மேலும், சிறுநீரகம் இரப்பை போன்ற

எல்லா உறுப்புகளும் உடனடியான ஓய்வினை ஏற்றுக் கொள்வதில்லை. ஏனெனில், சிற்றின்பத்திற்கு பிந்தைய நேரத்தில் இரப்பை அதீத ஆற்றலை இழந்துவிட்டிருக்கும். ஆகையால், அதிகப்படியான உணவு தேவைப்படுகின்றது. அகோரப் பசி எடுக்க ஆரம்பித்துவிடுகின்றது. இரப்பையைப் போலத்தான் இன்னப்பிற உறுப்புகளும் வேலைசெய்கின்றன. குறிப்பாக, சிறுநீரகத்தின் பணி, சிற்றின்பத்தின் போது முடக்கப்பட்டுவிடுகின்றது. ஆனால், சிறுநீரகம் தொடர்ந்து இயங்கிக் கொண்டுதான் இருக்கும். பாலுறவிற்கு பிந்தைய ஆழ்நிலைத் தூக்கத்தின் போது, சிறுநீரகத்தின் மொத்த ஆற்றலும் வீணடிக்கப்பட்டு விடுகின்றன. எனவே, பாலுறவிற்கு பிந்தைய நேரத்தில் சிறுநீர் கழிக்கும் போது எரிச்சலும், வெப்பமும் வெளிப்படுகின்றது. இரண்டு உறுப்புகளை மட்டுந்தான் உதாரணமாக எடுத்துக் கொண்டிருந்தோம். ஆனால், மூளையைத் தவிர மற்ற எல்லா உறுப்புகளும் உடனடியான ஓய்விற்கு செல்வதில்லை; அதனதன் பணிகள் பாதிப்புக்குள்ளாக்கப்படுகின்றன.

ஆக, சிற்றின்பத்தைத் தொடர்ந்த ஆழ்நிலைத் தூக்கம் மிகமிக ஆபத்தானது. ஆனால், தந்த்ரா பாலுறவின் போது இவ்வாறான விபரீதங்கள் எதுவும் நடந்தேறுவதில்லை. இச்சமயத்தில் உடல் உறுப்புகள் அனைத்தும் நிதானமாகவும் மிதமாகவும் செயல்படுகின்றன. அந்தந்த உடலுறுப்புகள் அந்தந்த வேலையை சரியாகவும் முறையாகவும் செய்கின்றன. இதயத் துடிப்பு மிதமாக உள்ளது. மூச்சுக் காற்று மெதுவாக உள் சென்று வெளி யேறுகின்றது. ஆகையால், படிப்படியான ஆழ்நிலைத் தூக்கத்திற்கும், ஒரேயடியான ஆழ்நிலைத் தூக்கத்திற்கும் நிறை வேறுபாடுகள் உள்ளன. நிறைய ஆபத்துகளும் உள்ளன. அறிவியளாலர்களைப் பொறுத்தமட்டில்,

சிற்றின்பத்திற்கு பிந்தைய ஆழ்நிலை உறக்கத்தினை வரவேற்பதாக சொல்லுகின்றனர். ஏனெனில், செநற்கையாக தூக்கத்தை வரவழைக்கும் மாத்திரைகளை பயன்படுத்துவதை விட, இந்த நுட்பம் இரண்டு மடங்கு வீரியமானதாக கருதுகின்றனர். தவிர, வேறெந்த பலனும் இதில் கிடையாது. ஒருவேளை, தூக்கமின்மையினால் நீண்டகாலமாக அவஸ்தைபடும் நபராக நீங்கள் இருந்தால், உங்களுக்கு இந்த நுட்பம் தற்காலிகமான பிரயோகமாக இருக்கலாம்.

மூச்சுக் காற்றை பயன்படுத்தி நேரத்தை எவ்வாறு மெதுவாக்குவது என்று பார்த்தோம். அதற்கு, ஆழ்ந்த தூக்கம் எவ்வாறு உறுதுணைப் புரிகின்றது, என்பது குறித்தும் கண்டோம். ஆனால், **உங்களுடைய சராசரி நேரம் மிதமாக செல்கின்றதா ? கூடுதலாக செல்கின்றதா ?** என்பதை அறிய சிறு பரிசோதனை செய்யலாம்.

நீங்கள் தூங்கி விழித்தவுடன், உங்களது கைப்பேசியில் மெலோடியான ஒரு பாட்டை, ஹெட்ஃபோனில் ஒலிக்கச் செய்யுங்கள். அதனை கூர்ந்து கேளுங்கள். அந்த பாடலின் டெம்போ எனச் சொல்லப்படுகின்ற, பாடலின் வேகம் எவ்வாறு இருக்கின்றதென்று உற்று நோக்குங்கள். உடனே, உங்கள் கைக் கடிகாரத்தை பாருங்கள். அதில் நகரும் நொடிமுள்ளையும், பாடலின் வேகத்தையும் கவனியுங்கள். உங்கள் கைப்பேசியில் பதிவேற்றப்பட்டிருக்கும் அந்த பாடல், எப்போதுமே ஒரே டெம்போவில் தான் எந்த நேரத்திலும் எந்த இடத்திலும் ஒலிக்கும். ஆனால், நீங்கள் தூங்கி எழுந்த உடன் அந்த பாடலை கேட்கும் போது, கடிகாரத்தின் நொடி முள்ளனை உற்று நோக்கும் போது, பாடலின் வேகத்தில் வித்தியாசம் இருப்பதை உணர முடியும். ஒருவேளை, பாடலின் வேகம் அதிகமாக இருந்தால், உங்களின் நேரம்

துரிதமாக (வேகமாக) இயங்குவதாக அர்த்தமாகிவிடும்.

உடனே இப்போது, ஒரு வேகமான பாடலை ஒலிக்கச் செய்யுங்கள். மீண்டும் பாடலின் டெம்போவையும், கடிகாரத்தின் நொடி முள்ளையும் கவனியுங்கள். வேகமான பாடல் சரியான டெம்போவில் ஒலிக்கும்போது, மெலோடியான பாடலும் வேகமான டெம்போவுடனே ஒலித்தால், உங்களின் மனித கடிகாரம் (அதாவது உங்களுக்குள் இருக்கும் மனித கடிகாரம்) துரிதமாக செயல்படுவதாக அர்த்தம். ஒருவேளை, பாடலின் டெம்போவில் சுணக்கம் ஏற்ப்பட்டு, பாடலின் வேகம் குறைவதாக உணர்ந்தால், உங்களுடைய மனித கடிகாரம் மிக மெதுவாக இயங்குவதாக அர்த்தம். ஒருவேளை, பாடலின் டெம்போவில் எந்த மாறுதல்களும் ஏற்பட்டிருக்கவில்லை எனில், உங்களின் மன வேகம் மிதமானதாக உள்ளதாக அர்த்தமாகும்.

உங்களின் மன வேகத்தினைப் பொறுத்தே, உங்களின் உடல் கடிகாரமும் துரிதமாக இயங்குகின்றது. ஆக மன வேகத்தினை கட்டுப்படுத்துவற்கு கைக்கடிகார முள்ளில் கவனம் செலுத்துவதை காட்டிலும், மூச்சுக் காற்றில் கவனம் செலுத்துவதே மிக முக்கியம். சென்ற அத்தியாயத்தில் ஹென்றி ஃபுஷேலியின் நைட்மேர் ஓவியத்தை குறித்து பேசியிருந்தோம். அதில் ஒரு குதிரையும், சாத்தானும் ஆழ்ந்து உறங்கிக் கொண்டிருக்கும் பெண்ணிற்கு அருகாமையில் இருப்பதாக கண்டோம். இங்குபஸ் என்கிற அந்த சாத்தான் காலத்தையும், மறைந்திருந்திருந்து பார்க்கும் அந்த கருப்பு குதிரை 'சிற்றின்பத்தின் குறியீடு' என்றும் முந்தைய அத்தியாயத்தில் கண்டோம்.

ஆழ்ந்த உறக்கத்திற்கும், சிற்றின்பத்திற்கும் நெருங்கிய நெடிய தொடர்பு இருப்பதாகவும் அந்த அத்தியாயத்தில் கண்டோம். ஹென்றி ஃபுஷேலியின் அந்த ஓவியத்திலுங்கூட, இதையே சொல்ல முயன்றிருப்பார். அதாவது, சிற்றின்பத்திற்கும் ஆழ்நிலை உறக்கத்திற்கும், காலத்திற்கும் மிக நெருங்கிய தொடர்பு உண்டு. ஐரோப்பிய நாட்டுப்புற புராணங்களின் அடிப்படையில் இங்குபஸ் எனும் சாத்தான், தூங்கும் நபரின் ஆழ்நிலைக்குச் சென்று பாலியல் இச்சை கொண்ட கனவுகளை வழங்குவானாம். தூங்கும் நபர் ஆழ்நிலைக்குச் செல்லும் முன்பாகவே, பாலியல் கனவுகளால் பாதிப்புக் குள்ளாக்கப்படுவார். ஆகையால், தூக்கம் கலைந்துவிடும். இளந்தலைமுறையினருக்கு **'வெட்டித் தூக்கப் பிரச்சனை'** இருப்பது இயல்பானது. பருவம் வந்த இளைஞர்களுக்கு, பாலியல் இச்சை கொண்ட கனவுகள் வருவது சகஜம் தான். ஆனால், அவை ஆழ்நிலைத் தூக்கத்தினை வெகுவாக பாதிக்கின்றது.

ஆகையால், ஒரு இளைஞர் தன்னுடைய 8 மணி நேர படுக்கை உறத்தின் போது, சுமார் 800 தடவைகள் விழித்துக் கொள்கின்றார் என்று ஆய்வறிக்கை சொல்கின்றது. இளைஞர்களுக்கு மட்டுமே உரித்தான பிரச்சனை இதுவல்ல, பொதுப் படையாகவே ஒரு சராசரி மனிதன் தூங்கும் போது வெட்டுத் தூக்க பிரச்சனையினால் பாதிப்புக் குள்ளாக்கப்படுகிறான். வெட்டுத் தூக்கம் பிரச்சனைக்கு, ஆயிரம் காரணங்கள் உள்ளன. அதுபற்றி பின்னால் காண்போம். அவற்றுள் மிக முக்கியமானது தான், பாலியல் தாபம்.

இங்குபஸ் எனும் சாத்தான், இரண்டு வழிகளில் மனிதனின் கனவுகளை பாதிப்புக் குள்ளாக்குகின்றான். 1) ஆழ்நிலைத் தூக்கத்தில்,

பாலியல் ஆசைகளை தூண்டிவிடுவது, 2) சிற்றின்ப வேட்கைக்கு பிற்பாடு ஆழ்நிலைத் தூக்கத்திற்கு காரணமாக இருப்பது.

இந்த இரண்டு வழிகளிலுமே, அதாவது இரு கூர்முனைகளை உடைய கத்தியைப் போலவே மனிதனின் தூக்கத்திற்கும் அவனே காரண கர்த்தாவாகிவிடுகின்றான்; தூக்கத்தை கெடுப்பதற்கும் அவனே காரண கர்த்தவாகி விடுகின்றான். இரு வழிகளிலுமே மனிதனின் நிம்மதியை கெடுத்து, உயிரைப்பறிப்பது தான் இங்குபஸ் சாத்தானின் வேலை. அந்த இங்குபஸை காலமாக எடுத்துக் கொள்வோம். அதாவது **நவீன டிஜிட்டல் கடிகாரமாக** எடுத்துக் கொள்வோம். நம்முடைய நிம்மதியான தூக்கத்தினை கடிகாரத்திடம் ஒப்படைத்துவிட்டு தூங்கி விடுகின்றோம். நாம் எப்போது தூங்க வேண்டும், எப்போது தூக்கம் கலைய வேண்டும் என்பதை, நாம் தீர்மானிப்பதாக பொய்யாக நம்பிக் கொண்டிருக்கின்றோம். உண்மையாகவே, டிஜிட்டல் கடிகாரங்கள் தாம் நம்மை கட்டுப்படுத்திக் கொண்டிருக்கின்றன, என்பதை நாம் கண்டுகொள்வதில்லை. தூக்கத்தை உறிஞ்சும் கடிகாரங்களைப் பற்றி அடுத்த அத்தியாயத்தில் தொடர்வோம்...

6. உறங்கிவிடு உன்னத மனமே!

பண்டைய சீனத்து மெய்யியலாளரான 'லாவோட்சு' மனித உறுப்புகளின் கட்டுப்பாட்டு மையமாக வயிற்றுப் பகுதியை கருதினார். ஜப்பானிற்கு சென்று தாவோயிச கோட்பாட்டை உருவாக்கியதிலிருந்து, அவரின் நம்பிக்கை பழங்கால ஜப்பானிலும் கூட பரவியிருந்தது. நவீன விஞ்ஞானம் மூளையினை உடலின் கட்டுப்பாட்டு மையமாக ஏற்றுக் கொண்டுவிடும் பட்சத்தில், லாவோட்சுவோ வயிற்றையே கட்டுப்பாட்டு பகுதியாக பரப்புரை செய்து வந்தார். வயிற்றிலிருந்து தான் எல்லா உணர்வுகளும் உருவாகின்றதென்றும், வயிற்றுப் பகுதியே எல்லா உறுப்புகளுக்கும் சமிஞ்சைகளை அனுப்புவதாகவும் கோட்பாட்டு ரீதியில் விளக்கம் தந்தார். தாவோ கோட்பாட்டில் வயிற்றுப் பகுதிக்கே மிக முக்கிய இடமும் அளிக்கப்பட்டு வந்தது. பண்டைய இந்தியாவிலுங்கூட, சமண முனிவர்களால் உண்ணா விரத நோம்பு வழிமொழியப் பட்டு வந்தது. உண்ணாவிரம் இருப்பதினால், அதாவது வயிற்றுக்கு உணவளிக்காமல் பட்டினி கிடப்பதினால், எல்லா வகையான மனித உணர்ச்சிகளையும் கட்டுப்படுத்த

முடியுமென்று நம்பினர். நிச்சயமாக, அது கணிசமான அளவிற்கு பலனையும் அளித்தது.

உதாரணத்திற்கு இரண்டு நாட்கள் நீங்கள் பட்டினி கிடப்பதாக வைத்துக் கொள்வோம். முதல் நாள் உங்களுக்கு கோபம் பொத்துக் கொண்டு வரும். இரண்டாம் நாள் படிப்படியாக கோபம் தனிந்து, வலிமையற்ற மனிதராக மாறிப்போயிருப்பீர்கள். கோபம் மட்டுமல்ல படிப்படியாக எல்லா உணர்வுகளையும், உணர்ச்சிகளையும் இழந்து கொண்டு வருவதை கண்கூடாகவே உணர முடியும். உணர்ச்சிகளும் உணர்வுகளற்றும் இருக்கும் உங்களிடத்தில் ஈகோ இருக்காது, சராசரி மனிதனுக்கு எழக்கூடிய எந்த அவா எண்ணங்களும் எழாது. எண்ணங்கள் எழாத சிந்தனையற்ற ஒரு மனிதராக நீங்கள் மாறிப் போய்விடும் பட்சத்தில், மற்ற எந்த மனிதரிடத்திலும் உங்களின் ஈகோவை காட்டவேண்டிய அவசியம் இருக்காது.

ஆகவே வயற்றைப் பட்டினி போடும் போது எல்லா மனித உணர்வுகளையும் கடந்து விட முடியும் என்று சமண முனிவர்கள் கண்டறிந்தனர். பண்டைய எகிப்திலுங் கூட இதே முறை பின்பற்றப்பட்டு வந்தது. பிரமிடுகளில் உலகெங்கிலுமிருந்து மெய்ஞானத்தை தேடிவந்த அத்துனை துறவிகளுக்கும், இந்த பட்டினி செயல்முறை கட்டாயப்பட்டுத்தப்பட்டது. பித்தாகரஸும் கூட தன்னுடைய முக்கோண விதியினை கண்டறிவதற்கு முன்னதாக, எகிப்தின் பிரமிடுகளில் சென்று தங்கி பாடசாலையில் பயின்றதாகவும், பட்டினி விரதமிருந்து அந்த ஞானத்தினை (முக்கோண விதி) பெற்றதாகவும் குறிப்புகள் உள்ளன.

தூக்கமின்மை நோயினால் அவஸ்தை படுபவர்களுக்கு பொதுவாக வயிற்றுப் பிரச்சனைகள் எழும்புகின்றன. அல்சர், வயிற்றுவலி,

வயிற்றுப்புண், அஜீரணக் கோளாறுகள் போன்றவை உருவாகின்றன— என நவீன மருத்துவர்கள் கண்டுபிடித்துள்ளனர். வயிற்றிற்கும் தூக்கத்திற்கும் நெருங்கிய தொடர்புகள் உண்டு. பண்டைய இந்தியாவிலும், எகிப்திலும் வயிற்றைப் பட்டினி போட்ட துறவிகள் இருந்தனர். அவர்கள் தூக்கத்தைக் கட்டுப்படுத்த முயலவில்லை. மாறாக, வயிற்றினைப் பற்றிய ஞானத்தினை பெற்றனர்.

இரவு உணவு அருந்தாமல், படுக்கைக்குச் செல்லும் போது நமக்கு தூக்கம் வருவதில் சிக்கல் ஏற்படும். காரணம் வயிற்றுப் பசி தூக்கமின்மையை உண்டாக்கிவிடும். உண்மையென்னவெனில், வயிறு நம்மை ஏமாற்ற நினைக்கின்றது. பொய் பசியை உண்டுசெய்து, தூக்கத்தை தடை செய்கின்றது. உண்மையில், வயிற்றுப் பசிக்கும் தூக்கத்திற்கும் சம்பந்தமில்லை; ஆனால், வயிற்றிற்கும் தூக்கத்திற்கும் நெருங்கிய தொடர்புகள் உண்டு. சமண முனிவர்கள் பட்டி கிடந்தாலுங்கூட, அவர்கள் உறங்குவதற்கென்று பாறையை குடைந்து கற் படுக்கைகளை செய்து வைத்திருப்பார்களாம்.

ஆம், அந்த படுக்கை அறைகளைத் தான், **பள்ளியறை** என்று அழைப்பார்கள். பின்மாட்களில் பள்ளிக் கூடத்திற்கு, அப்பெயர் சூட்டப்பட்டு விட்டது. ஆனால், சமண முனிவர்கள் துயில் கொள்ளும் அந்த கற்பாறை அறைக்குப் பெயர்தான் பள்ளியறை என்று அழைப்பட்டது. உண்ணா நோம்பிருக்கும் அவர்களால், எவ்வாறு நிம்மதியாக படுத்துறங்க முடிந்தது ?! காரணம், வயிற்றுப் பசிக்கும் தூக்கத்திற்கும் சம்பந்தம் கிடையாது. வயிற்றிற்கும் தூக்கத்திற்கும் தான் தொடர்பு உள்ளது. சமண முனிவர்கள் எந்த வேலையையும் செய்வதாக இருந்திருக்கவில்லை. ஆகவே அவர்களுக்கு உணவு தேவைப்பட்டுவது அரதாக இருந்திருந்தது. ஆனால், தூக்கம் என்பது மிக

முக்கியமான ஒன்றாக கருதப்பட்டது. துயில் கொள்ளும் படுக்கையறைக்கு மிக முக்கியமான பங்கினை வழங்கினார்கள்.

பின்னாடகளில் வந்த பௌத்தமும் கூட, தூக்கத்திற்கு மிக முக்கியமான இடத்தினைக் கொடுத்தது. அதுகுறித்த ஞானவியல் கோட்பாடுகளும் பினலனாட்களில் திபெத்திய பௌத்தர்களால் முன்மொழியப் பட்டது. இரவு நேர உறக்கத்தின் போது மிதமான உணவே தேவைப்படுமே தவிர, கனிசமான உணவு உடலுக்கு தேவையில்லை என்றே, விஞ்ஞானிகளும் லாஜிக்கலாக அறிவுரை வழங்குகின்கார்கள். வயிற்றுப் பசிக்கும் தூக்கத்திற்கும் சம்பந்தமில்லை. ஒருவேளை, வயிறு முழுக்க இரவு உணவு அருந்திவிட்டீர்கள் என வைத்துக் கொள்வோம். நீங்கள் இப்போது ஆழ்ந்து தூங்குவதில் பிரச்சனை உருவாகக் கூடும்.

காரணம், வயிறு முட்ட உணவருந்திவிட்டு படுக்கைக்கு சென்றுவிட்டீர்கள் என வைத்துக் கொள்வோம். ஆழ்ந்த உறக்கத்தின் போது, ஆழ்ந்த சுவாசத்தினை உங்களின் அடிவயிற்றிலிருந்து தான் வெளியேற்றியாக வேண்டும். ஆழ்ந்த தூக்கத்தில் நுரையீரலில் சுவாசம் நடைபெறாது; மாறாக இரப்பையில் தான் சுவாசம் நடைபெறும் என்று ஏற்கனவே சொல்லியிருந்தோம். இப்போது, வயிறு முழுக்க நரம்பியிருக்கும் பட்சத்தில், சுவாகக் காற்றிற்கான இடம் வயிற்றில் இல்லாமல் போயிருக்கும். ஆக ஆழ்ந்து மூச்சு விடுவதில் பிரச்சனை ஏற்படும். மூச்சுவடுவதில் பிரச்சனை ஏற்பட்டால், ஆழ்நிலை தூக்கம் பாதிப்புக்குளாகும். பெரும்பாலான வெட்டுத் தூக்கங்களுக்கு காரணம், இரவு வயிறுமுட்ட உணவருந்துவதினால் தான், என்று ஆய்வுகள் சொல்கின்றன.

சிற்றின்ப வேட்கை எண்ணம், தூக்கத்தை தடை செய்வதாகவும், அதே சிற்றன்பமே ஆழ்ந்த தூக்க நிலைக்கு காரணமாக அமைவதாகவும், அந்த ஆழ்நிலைத் தூக்கத்தினால் ஆபத்துகள் அதிகம் உள்ளதென்றும் முந்தய அத்தியாயத்தில் கண்டோம். சிற்றின்ப வேட்கையும் கூட, அனிவயிற்றில் இருந்து தான் தோன்றகின்றது. பாலியல் உணர்வுகளுக்கு காரணமான ஹார்மோன் சுரப்பி, அடிவயிற்றில் தான் உள்ளது. ஆக, நாம் எதை சாப்பிடுகின்றோமோ எப்படி சாப்பிடுகின்றோமோ, எவ்வளவு சாப்பிடுகின்றோமோ அதைப் பொறுத்து, ஹார்மோன் சுரப்பி வேலை செய்கின்றது. அடிவயிற்றிலிருந்தும் அந்த நாளமில்லா சுரப்பிதான் ஹார்மோன்களை மட்டுமல்ல, உணர்வுகளையும் கட்டுப்படுத்துகின்றது. அறிவியல் ஆய்வுகளன் படி, அடிவயிற்கில் எந்த சுரப்பிலும் கிடையாது. மாறாக, மண்டையிலிருக்கும் பீனியல் சுரப்பிதான் எல்லா உணர்வுகளையும் கட்டுப்படுத்துவதாக சொல்கின்றனர். தவிர, கணைய சுரப்பியின் வேலையுங்கூட அதுவானதல்ல என்கின்றனர்.

ஆனால், உண்மை யாதெனில் அடிவயிற்றில் மிகப்பெரும் சுரப்பி ஒன்று உள்ளது. அதுதான் தூக்கம், ஏக்கம், மற்றும் எல்லா உணர்வுகளுக்கும் தாயாக உள்ளது. (உ-தா) நீங்கள் அச்சம் கொள்ளும் பொழுது உங்களின் அடிவயறு கலங்குவதை நீங்கள் உணர்ந்துண்டா ?! அடிவயிற்றில் சுரீறென்ற ஓர் உணர்வு வருவதை உணர்வொன்று வருவதை உணர்ந்தது உண்டா ?! பாலியல் ஆசைகள் உருவாகும் போது, அடிவயிற்றில் எறும்பு ஊறுவதைப் போன்ற உணர்வு வருவதை நீங்கள் கவனித்தது உண்டா ?! காதல் வரும் போதும், இன்னப்பிற ஆசைகள் வரும்போதும் அடிவயற்றில் பட்டாம் பூச்சிகள் பறப்பதை போன்ற உணர்வு வருவதை நீங்கள் கவனித்தது உண்டா ?! —

இதற்கெல்லாவற்றிற்குமான காரணம் அந்த பெருஞ் சுரப்பி தான்.

அடிவயிற்றிலிருக்கும் அந்த பெருஞ்சுரப்பிதான், மனிதர்களின் உணர்வு மற்றும் உணர்ச்சி எண்ணங்களைத் தூண்டி விடுகின்றது. ஆகவே, அந்த சுரப்பியின் அபரிவிதமான செயல்பாட்டைக் கட்டுப்படுத்துவதற்காகத் தான் பண்டைய இந்தியாவிலும், பண்டைய எகிப்திலும் தீவிரமான உண்ணாவிரத நோம்பை மேற்கொண்டனர். தவிர, ஆழ்நிலைத் தூக்கத்திற்கும், வயிற்றுப் பசிக்கும் சம்பந்தம் கிடையாது. அடிவயிற்றிலுருக்கும் அந்த சுரப்பியின் வேலையை தடை செய்வதற்காகத் தான் உண்ணாவிரத நோம்பினை இருந்தனர்.

மேற்கத்திய நாடுகளில் தூக்கத்தைக் கொண்டு ஆக்கப்பூர்வமான சிந்தனைகளை உருவாக்க முடியுமென்று நம்புகின்றார்கள். அதாவது N1 என்றழைக்கப்படும் மேல்மட்ட தூக்கத்தினை கொண்டு ஆக்கபூர்வமான செநல்களை சாதித்துக் காட்டிநிருக்கிறார்கள். நோக்கில் டெஸ்லா, தாமஸ் ஆல்வா எடிசன் முதற்கொண்டு இந்த யுக்தியைத் தான் பயன்படுத்தினார்கள் என்று குறிப்புகள் உள்ளன.

அதாவது, இந்த யுக்தியை செய்வதற்கு, ஒரு நாற்காலியில் அமர்ந்து கொண்டு தூங்க வேண்டும். கையில் ஒரு ஸ்பூனையோ, சில்வர் தட்டையோ வைத்துக் கொண்டு தூங்க வேண்டும். மேல்மட்ட தூக்கமான N1-ற்கு நுழைந்தவுடன், கண்கள் உறங்கவிடும். பிற்பாடு இடைநிலைத் தூக்கமான N2 விற்கு செல்லும் போது, உடல் உறுப்புகள் செயலிழந்து விடும். அந்த நேரத்தில் கையில் வைத்திருந்த ஸ்பூனோ, தட்டோ கைகளிலிலிருந்து நழுவி கீழே விழுந்துவிடும். கீழே விழுந்த ஸ்பூனின் சப்தம் கேட்டு நீங்கள் தூக்கத்தினை கலைந்துவிட

நேரிடும். அப்போது, N2-வான இடைநிலை தாக்கம் இல்லாமலேயே எழுந்துவிடுகிறார்கள்.

தூங்குவதற்கு முன்பாக, நம்முடைய சிந்தனையை ஒருநிலைப்படுத்த வேண்டும். அதாவது, நாம் எதைப்பற்றி தீர்க்கமாக சிந்தித்து கொண்டிருக்கின்றோமோ, அந்த விசயத்தை தூங்குவதற்கு முன்பாக மனணம் செய்துகொள்ள வேண்டும். ஸ்பாட் சப்தம் கூட்டு எழும்போது, நீங்கள் N2-விற்கு செல்லாமலேயே எழுந்து விடுகின்றீர்கள். அந்த சமயத்தில் உங்களால் ஆக்கப்பூர்வமான சிந்தனையை வெளிக் கொணர முடியும். உடனே, பரவச நிலையை அடைந்திருப்பீர்கள். N1 என்கிற மேல்மட்ட தூக்கமும், N3 என்கின்ற ஆழ்நிலைத் தூக்கமும் மனிதனுக்கு புத்துணர்ச்சிய்யை அளிப்பதாக ஆய்வுகள் சொல்கின்றன.

ஆனால், N2 என்கிற இடைநிலைத் தூக்கத்தினால் எந்த பயனும் இல்லை. ஏனெனில் N2-ல் தான் கனவுகள் வரும். சிந்தனை மனதை குழப்பிவிடும். ஆகையால், N2 தூக்கத்திற்கு முன்பாகவே எழுந்துவிடுதலை மேற்கத்திய உலகம் மதிப்பு மிக்கதாக கருதுகின்றது. ஒருவேளை, ஆழ்நிலைத் தூக்கமான N3-க்கு செல்லும்போது, இன்னமும் புத்துணர்ச்சியுடன் எழுந்து தன் சிந்தனைகளை பட்டைத் திட்ட முடியும். ஆனால், N3 தூக்கத்திற்கு சென்றுவிட்டால், எழுவது மிக கடினம். நேர விரயமும் ஆகும். ஆகையால் தான், N1 தூக்கத்தினை பயன்படுத்தி ஆக்கப்பூர்வமான சிந்தனைகளை மேம்படுத்த மனநல மருத்தெவர்கள் அறிவுறுத்துகின்றனர்.

நிக்காலோ டெஸ்லாவும், தாமஸ் ஆல்வா எடிசனுமே, இந்த யுக்தியை பயன்படுத்தி தான் தங்களின் ஆக்கப்பூர்வமான கண்டுபிடிப்புகளை

நிகழ்த்தினார்கள், என்று குறிப்புகள் உள்ளன. ஆனால், மேல்மட்ட தூக்கம் உடல் நலத்திற்கு, உகந்த தல்ல. இருப்பினும், ஆக்கப்பூர்வமான சிந்தனைகளை வர வழைப்பதற்காக மட்டுந்தான் இதனை பயன்படுத்துகின்றனர். நம்முடைய தூக்கம் எதுவாக இருந்தாலும், ஆழ்மட்ட தூக்கமே மனிதனுக்கு மிகமிக அவசியம். இதைத்தான் 'ஹிப்னோகோஜியா' என்று அழைப்பார்கள். இதுபற்றி பின்னாளில் காணலாம்.

தூக்கத்திற்கும், துக்கத்திற்கும் (அ) துன்பத்திற்கும் நெருங்கிய தொடர்பு இருக்கிறதென்பதை முந்தைய அத்தியாயத்தில் கண்டிருந்தோம். துக்கமும் துன்பமும், எவ்வாறு ஆழ்நிலை தூக்கத்தினை மேம்படுத்துகின்றது, என்பதை இனி காண்போம்.

பெரும்பாலான ஆய்வுகளைப் பொறுத்த வரை துக்கமும், துன்பமும் தூக்கத்தினை வெகுவாக பாதிக்கின்றது என கூறுகின்றன. அது சரியானது தான். ஏனெனில், நீண்ட நாட்களாக துக்கத்தில் உலவும் உங்களுக்கு தூக்கமின்மை பிரச்சினை அதிகமாகவே இருக்கும். கூடவே வெட்டுத் தூக்கப் பிரச்சனையும் அதிகமாகவே இருக்கும். உலகெங்கிலும் தம்பதியர்களில் ஒருவரின் இறப்போ (அ) உறவுகளின் இழப்போ மனதில் மிகப்பெரிய பாதிப்பை உண்டு செய்யும். இதலிருந்து மீண்டு வருவது மிக கடினமான விடையம். ஆகையால் தூக்கமின்மை பிரச்சனை இதைப்போன்றோருக்கு சகஜமானது தான். ஆனால், இந்த நீண்டகால துக்கத்தைக் கூட எளிதாக வென்றுவிட முடியும். அதுபற்றி பின்னாளில் காண்போம்.

ஆனால், நாம் இந்த இடத்தில் குறிப்பிடுவது அந்த வகையான துக்கத்தையோ துன்பத்தை பற்றியதோ அல்ல. திடீர் துன்பத்தைப் பற்றியும் திடீர்

துக்கத்தைப் பற்றியும் தான் குறிப்பிடுகின்றோம். திடீர் துக்கத்தின் போது, மூளை தன் மொத்த சக்தியையும் இழந்துவிடுகின்றது. அந்த நேரத்தில் மூளைக்கு மிகப் பெரிய ஓய்வு தேவைப்படுகின்றது. மூளையின் ஓய்வினை கருத்தில் கொண்டு, உடனடியாக ஆழ்ந்த உறக்கத்திற்கு சென்றுவிடுவது அவசியம். ஒருவேளை, துக்கத்தினை மனதில் வைத்துக் கொண்டு மூளைக்கு ஓய்வளிக்காமல் இருப்போமேயானால், துக்கம் இரு மடங்காக பெருகி வாழ்க்கை முழுக்க நிரந்தரமான துன்பமாக மாறிவிடும் அபாயம் உள்ளது.

இதுபோன்ற நீண்ட கால துன்பத்தில் இருப்பவர்கள், ஆரம்பத்திலேயே ஆழ்நிலைத் தூக்கத்தினை தவிர்த்துவிட்டிருக்கின்றனர். அதுதான் மிகப் பெரிய தவறு. நமக்கு துக்ககரமான விடையம் நடந்தேறுகின்ற பட்சத்தில் உடனடியாக, ஆழ்நிலைத் தூக்கத்திற்கு சென்றுவிட வேண்டும். மூளையின் அசதிக்கு இணக்கம் தெரிவிக்க வேண்டும். இல்லையேல், மிக நீண்டகால தூக்கமின்மை நோய்க்கு ஆளாக வேண்டியிருக்கும். ஏற்கனவே முந்தைய அத்தியாயத்தில் கண்டதைப்போல, மூளை ஒரு ரீச்சார்சபல் பேட்டரியைப் போல செயல்படுகின்றது. ஆழ்நிலைத் தூக்கத்திற்கு சென்று வருவதினால் மட்டுமே, மூளையை பரவசமாக்க முடியும்.

ஒருவேளை நீங்கள் நீண்டகால தூக்கமின்மை நோயினால் அவஸ்தைப்படுபவராக இருந்தால், உங்களின் தூக்கமின்மைக்கான சரியான காரணத்தை முதலில் விளங்கிக் கொள்ள வேண்டும். எல்லோருக்குமே தூக்கமின்மை பிரச்சனை, நீண்டகால துன்பத்தினால் வருவதல்ல. நபருக்கு நபர் தூக்கமின்மை பிரச்சனைக்கான காரணம் மாறுபடும். ஒருவேளை, நீங்கள் நீண்டகால துன்பத்தினை அனுபவிக்கும் நபராக

இருந்து, உங்களுக்கு தூக்கமின்மை பிரச்சனை தொடர்கிறதென்றால் அதற்கான தீர்வுகளும் உள்ளன.

உங்களின் நீண்டகால துன்பத்திற்கு காரணம், உங்களுடைய நெருங்கிய உறவினரின் இழப்பாக இருக்கலாம். (அ) தோல்வி மனப்பான்மையாக இருக்கலாம் (அ) தொழில் ரீதியாக போட்டியாக கூட இருக்கலாம். பிரச்சனை எதுவாக இருந்தாலும், அது உங்களின் வயிற்றையே அதிகமாக பாதிக்கின்றது. வயிற்றை சரியாக முறையாக பயன்படுத்துவதன் மூலம், நிச்சயமாக நீண்டகால தூக்கமின்மை பிரச்சனையை வென்றுவிட முடியும். யோகாவிலும் உடற்பயிற்சியிலும் ஈடுபாடு கொண்ட நபர்களுக்கு, நீண்டகால துன்பம் நீடிப்பதில்லை மற்றும் தூக்கமின்மை பிரச்சனை இருப்பதில்லை என மருத்துவக் குழு சொல்கின்றது. உண்மைதான். அதற்கான காரணம், அவர்களுக்கான மனரீதியிலான அறிவுரைகளை வழங்குவது மட்டுமே கிடையாது. அவர்களின் வயிற்றுப் பகுதிக்கான பயிற்சியை மேம்படுத்துவதினால் தான், தூக்கமின்மை பிரச்சனையை தவிர்க்க முடிகின்றது. தூக்கமின்மைக்கு எவ்வாறு வயிற்றிற்கு பயிற்சிகளை வழங்க வேண்டும் ? அதனால், எவ்வாறு தூக்கமின்மை பிரச்சனையை தவிடுபொடியாக்க முடியும் ? என்பதைப்பற்றி அடுத்த அத்தியாயத்தில் தொடரலாம்...

7. தூக்கமின்மைக்கு இனி முற்றுப்புள்ளி வையுங்கள்

மாவோரி பழங்குடி மக்கள் இரவு நேரங்களில் தூங்குவதற்கு முன்பாக நெருப்பை மூட்டி, அதன் முன் நடனமாடிவிட்டு படுக்கைக்குச் செல்வார்களாம். மாவோரிகள் மட்டுமில்லாமல் உலகெங்கிலும் உள்ள ஏனைய பழங்குடிகளும் கூட இரவு நேர தூக்கத்திற்கு முன்பாக நெருப்பில் காய்ந்துவிட்டு தான் படுக்கைக்கு செல்கின்றனர். நடனமாடிவிட்டோ, குழுவாக அமர்ந்து உரையாடிவிட்டோ, பாடல் பாடிவிட்டோ தூங்குவதற்கு செல்கின்றனர். அது கோடைகாலமாக இருந்தாலும் சரி, குளிர் காலமாக இருந்தாலும் சரி, அனலில் கொதிப்பது அவர்களின் வழக்கமாக இருக்கின்றது. இரவு நேர வெட்டுத் தூக்கத்திற்கான முக்கியமான காரணங்களுள் ஒன்றாக கூறப்படுவது, குளிர் கால இரவுகளைத் தான்.

ஆம், குளிர் இரவுகளில் தான் சராசரி மனிதனுக்கும் கூட வெட்டுத் தூக்கப் பிரச்சனை மேலோங்குகின்றது. பனிகாலங்களில் மேற்கத்திந நாடுகளில் வெப்பமூட்டும் தனல்களை

வீட்டினுள்ளேயே எரிய விடுவது வழக்கம். வீட்டினுள் எப்போதுமே கதகதப்பான வெப்பத்தை உணர முடியும். ஆகையால் வெட்டுத் தூக்க பிரச்சனையிலிருந்து தங்களைத் தற்காத்துக் கொள்கின்றார்கள். ஆனால் மாவோரிகள் நெருப்பை மூட்டி, அதன் முன் நடனமாடுகின்றனர். அதுவும் கோடை காலத்திலும் குளிர் காலத்திலும் ஒரேபோலவே வழக்கத்தை பின்பற்றுகிறார்கள். அதற்கு காரணம், வெட்டுத் தூக்க பிரச்சனையி லிருந்து தப்பிப்பதற்காக கிடையாது.

வயிற்றுப் பகுதியை வெப்பமூட்டுவதற்காக மட்டுந்தான் நெருப்பில் காய்கின்றனர். பழங்குடிகள் நாக்கை வெளியில் நீட்டிக் கொண்டு நெருப்பின் முன் நடனமாடுவதை கண்டிருக்கலாம். கூடவே, அபரிவிதமான சப்த்தையும் எழுப்புவார்கள். பழங்குடிகளின் உணவுப் பழக்கம் மிகமிக கடினமானது. கடினமான இறைச்சியை உணவாக எடுத்துக் கொள்ளும் அவர்கள், ஜீரண சக்தியை மேம்படுத்துவதற்காக, இரவு நேரங்களில் நெருப்பின் முன் நடனமாடுகின்றனர். கோடைகாலங்களில் நாய்கள் நாக்கை வெளியிலிட்டுக் கொண்டு, உடல் சூட்டு தணிக்கும் நுட்பத்தினை குறித்து படித்திருப்போம். ஆனால், பழங்குடிகள் உடலை குளிர்விப்பதற்காக இதனைச் செய்வதில்லை. மாறாக இதே யுக்தியை, ஜீரணப் பிரச்சனையிலிருந்து தப்பிப்பதற்காகவே செய்கின்றனர்.

நீண்டகால துன்பத்தில் உலவும் பலருக்கு தூக்கமின்மை பிரச்சனை தொடர்வதைக் குறித்து சென்ற அத்தியாயத்தில் கண்டோம். மேலும், வயிற்றிற்கும் தூக்கமின்மை பிரச்சனைக்கும் நெருங்கிய தொடர்பு இருப்பதை குறித்து முந்தைய அத்தியாயங்களில் கண்டிருந்தோம். வயிற்றிற்கு சரியான முறையிலான பயிற்சிகளை வழங்குவதன்

மூலம் தூக்கமின்மை பிரச்சனையை எவ்வாறு முறியடிப்பது என்பது குறித்த இனி காண்போம்.

ரஸ்யன் ட்விஸ்ட், அப் டவுன், பைசைக்கிள் கிரன்ச், ரிவர்ஸ் க்ரன்ச் போன்ற பயிற்சிகளை செய்வதன் மூலமாக வயிற்றெப் பகுதியை தளர்வாக்க முடியும். பெரும்பாலும் இப்பயிற்சிகளை, தொப்பையை குறைப்பதற்காக உடற்பயிற்சியாளர்கள் பரிந்துரைப்பார்கள். ஆனால், இதே யுத்தியை தூக்கமின்மை பிரச்சனைக்கும் பயன்படுத்த முடியும். இரவு நேரங்களில் தூங்கப் போவதற்கு முன், 15 நிமிடங்கள், மேலே சொல்லப்பட்ட வயிற்றுப் பயிற்சிகளை செய்துவிட்டு, படுக்கைக்குச் சென்றால் தூக்கமின்மை பிரச்சனையும் சரியாகிவிடும்; வெட்டுத் தூக்க பிரச்சனையும் சரியாகிவிடும். அதாவது, இரவு நேர உணவிற்கு முந்தைய 15 நிமிடங்களுக்கு இப்பயிற்சியில் ஏதாவதொன்றை பின்பற்றுங்கள். எது உங்களுக்கு வசவாக இருக்கின்றதோ, எந்த பயிற்சி உங்களுகளால் எளிதாக செய்ய முடிகின்றதோ அந்த பயிற்சியை குறைந்தபட்டசம் 15 நிமிடங்களுக்காவது செய்ய வேண்டும். உங்களது திறனைப் பொறுத்து, எத்தனை முறை வேண்டுமானாலும் இதனைச் செய்யலாம். வநிற்றுப் பகுதியில் வலி ஏற்படும் அளவிற்கு இப்பயிற்சியை செய்ய வேண்டும்.

பின், இரவு நேர உணவினை குறைவாக எடுத்துக் கொள்ள வேண்டும். தண்ணீரை அதிகளவிற்கு குடித்துவிட்டு படுக்கைக்குச் சென்று உறங்கும் போது, மல்லாந்து படுத்து உறங்க வேண்டும். ஓரமாக படுத்தோ, குறுக்கி படுத்துக் கொண்டோ இருந்தால், ஆழ்ந்த உறக்கம் வருவதில் சிரமம் ஏற்படக் கூடும். ஆக, மல்லாந்து படுத்துக் கொண்ட சில நிமிடங்களிலேயே, வயிற்றுப் பகுதி தளர்வடையத் தொடங்கும். மெதுவாக வலி

இல்லாமல்போய், சொர்க்க வாசலின் கதவை தட்ட வேண்டிய நிர்பந்தம் ஏற்படும்.

ஒருவேளை உங்களுக்கு வயிற்றுப்பகுதி பயிற்சி சிரமமான காரியமாக இருந்தால், வேறொரு பயிற்சியை செய்யலாம். அதாவது **'ஹத யோகா பயிற்சி'** இந்த யோகாவில் மொத்தம் 12 ஆரம்பகால பயிற்சிகள் உண்டு. அந்த பன்னிடண்டில் ஏதாவது ஒரு யோகா பயிற்சிரை வெறும் 15 நிமிடங்களுக்கு செய்வோமேயானால், தூக்கமின்மை பிரச்சனையை எளிதாக முறியடித்துவிட முடியும்.

ஒருவேளை, யோகா பயிற்சியும் உங்களுக்கு ஒத்து வரவில்லையெனில், பழங்குடிகளின் அதே நுட்பத்தை நீங்களும் பின்பற்றத் தொடங்கலாம். வீட்டினுள்ளே நெருப்பை மூட்டி வைத்துவிட்டு, நாக்கை துருத்திக் கொண்டு, ஓசைகளை எழுப்ப வேண்டும். இதுவும் 15 நிமிடங்களுக்கு மிகாமல் செய்ய வேண்டும். எந்த சப்த்தை வேண்டுமானாலும் எழுப்பலாம். ஒருவேளை, இந்த பயிற்சியை ஆன்மீக நோக்கில். சொந்த வேண்டுமென நினைத்தால், நாக்கை வெளியேற்றிக்கொண்டு, **ஹம்** என்ற சப்பத்தினை நீண்ட நேரம் எழுப்ப வேண்டும். அடிவயிற்றிலிருந்து அதிர்வுகளை உணரும் படியாக **'ஹம்'** என்ற சப்பத்தினை உறக்க ஜபிக்க வேண்டும். சப்த அதிர்வுகளால் அடிவயிறு தளர்வடைவதை, நம்மால் உணர முடியும்.

ஒருவேளை, இந்த பயிற்சியும் கூட உங்களுக்கு ஒத்து வரவில்லை எனில், மூச்சுப் பயிற்சியை மேற்கொள்ளலாம். கிட்டதட்ட இதுவொரு தியான நிலைக்கு சமமான பயிற்சி யாகும். அதாவது, படுக்கையில் சென்று மல்லாந்து படுத்துக் கொண்டு, நெஞ்சில் ஒரு கையையும், அடிவயிற்றில் இன்னொரு கையில் வைத்துக் கொள்ள வேண்டும்.

கண்களை வெறுமனே மூடிக் கொண்டு ஆழ்ந்த மூச்சினை உள்ளிழுக்க வேண்டும். உங்களின் சுவாசம் அடிவயிற்றிலிருந்து தான் வெளியேற வேண்டுமே தவிர, நெஞ்சுப் பகுதியிலிருந்து நடைபெறக் கூடாது. அதனை உறுதி செய்வதறகாகவே, கைகளில் ஒன்றை நெஞ்சுப் பகுதியிலும் மற்றொன்றை அடிவயிற்றிலும் வைத்துக் கொண்டு ஆழ்ந்த சுவாசம் கொள்ள வேண்டும்.

ஆழ்ந்த சுவாசத்தினை இப்போது கணக்கிட வேண்டும். சுமார் 100 சுவாசத்தினை இலக்காக கொண்டு, ஆரம்பிக்க வேண்டும். உங்களின் இலக்கும் 100 சுவாச முறையாக இருந்தாலுங்கூட, உங்களின் கவனம் முழுக்கவே எப்போதும் அடிவயிற்றின் மீதே இருக்க வேண்டும். கிட்டதட்ட நூறு தடவை நீங்கள் சுவாசித்து முடிப்பதற்கு முன்னதாகவே, ஆழ்ந்த உறக்கத்திற்கு உங்களை அறியாமலேயே சென்றுவிடுவீர்கள். இதில் கூறப்பட்ட எந்த வயிற்றுப் பயிற்சியின் போதும், நாங்கள் மல்லாந்து படுத்துக் கொண்டு தான் செய்ய வேண்டுமே தவிர, குறுக்கியோ ஓரமாக படுத்தோ செய்யக் கூடாது. மேற்கூறப்பட்ட பயிச்சிகளில் ஏதாவது ஒன்றினை பின்தொடர்ந்தாலே போதும், நிம்மதியான உறக்கத்திற்கு சென்றுவிடலாம்; நீண்ட நாள் துக்கத்தின் விளைவான தூக்கமின்மையையும் ஒழித்துவிட முடியும்.

மேற்கத்திய நாடுகளில் 'ஸ்லீப் ட்ராக்கர்' (Sleep Tracker) எனும் செயற் முறை பின்பற்றப் பட்டு வருகின்றது. நீண்டநாள் தூக்கமின்மை மற்றும் வெட்டுத் தூக்கப் பிரச்சனைக்கு இந்த செயல்முறை நல்ல பலனை அளிப்பதாக நம்பப் படுகின்றது. அதாவது, 'ஸ்லீப் ட்ராக்கர்' என்பது ஒரு கருவியோ தொழில் நுட்பம் கிடையாது. அதுவொரு டைம்டேபிள் செயல் முறை அவ்வளவு தான்.

அதாவது, தூங்கப் போவதற்கு முன்னதாக ஒரு அட்டவணையில் நமது வழக்கமான தூக்க நேரத்தினைப் பதிவு செய்ய வேண்டும். அதாவது, ஒருநாளைக்கு சராசரியாக எவ்வளவு நேரம் உறக்கம் கொள்கிறோம், எத்தனை மணிக்கு உறங்குவதற்கு செல்கின்றோம், தூங்கும் முன் எந்தச் செயல் செய்கின்றோம், அன்றைய பகல் நேரம் முழுக்க நமக்கு ஏற்பட்ட அனுபவங்களில் நல்லவற்றை தொகுப்பது, நல்ல காரியங்களை நினைவு கூர்வது போன்றவை அந்த அட்டவணையில் இடம் பெற்றிருக்கும்.

ஒவ்வொரு நாளும் தூக்கப் போவதற்கு முன்னதாகவும், தூங்கி எழுந்த பின்னதாகவும் இதே அட்டவணையை பூர்த்தி செய்ய வேண்டும். அதாவது, தூங்கி எழுந்த பின்பு, இன்றைக்கு எத்தனை மணிக்கு எழுந்தோம், எப்படி எழுந்தோம், யதார்த்தமாக தூக்கம் கலைந்து நாமே எழுந்துவிட்டோமா (அ) மற்ற காரணிகளால் (அலாரம், கைப்பேசி) ஆகியவற்றால் நம் தூக்கம் கலைந்திருக்கின்றதா ? ஆகிவற்றைகுறித்தும், எவ்வளவு நேரம் தூங்கியிருக்கின்றோம் என்பதைக் குறித்தும் அந்த அட்டவணையில் பதிவு செய்ய வேண்டும். சுமார் ஒரு வாரத்திற்கு இதே அட்டவணையை தினசரி பூர்த்தி செய்யும் போது, நம்மைப் பற்றிய நமக்கேத் தெரியாத ஆச்சர்யமான விடையங்களைக் கண்டுணர முடியும் என்று நம்புகின்றார்கள்.

இந்த அட்டவணை முறையை ஒருமாத கால அளவிற்கு தினசரி பின்பற்றும் பட்சத்தில், கணிசமான முன்னேற்றத்தினை அடைந்திருப்பதாக ஆராய்ச்சிக் குழு தெரிவிக்கின்றது. இந்த 'ஸ்லீப் ட்ரீக்கர்' யுக்தி அறிவியல் பூர்வமான நல்ல நடைமுறைதான். வேண்டுமானால் நாமும் இதனை பின்பற்றலாம். ஆனால், ஆழ்ந்த தூக்கத்தை

மேம்படுத்துவற்கான யுக்தியையோ, நீண்டநாள் தூக்கமின்மை பிரச்சனைக்கான தீர்வை இந்த யுக்தி வழங்கப் போவதில்லை. மேற்கத்திய நாடுகளைப் பொறுத்தவரை தூக்கத்தை பாதிக்கும் காரணிகளாக சிலவற்றை பட்டியலிடுகின்றார்கள். அதாவது தூங்குவதற்கு முன்பாக, 'புகைபிடிப்பது, புத்தகம் படிப்பது, திரைப்படம் பார்ப்பது, வீடியோ கேம்கள் விளையாடுவது, சோசியல் மீடியாக்களில் உலவுவது, கைப்பேசியில் நீண்ட நேரம் உரையாடுவது, மடிக் கணியின் திரை வெளிச்சத்தில் நீண்ட நேரத்தை செலவிடுவது' போன்ற காரணங்களை அடிக்குகின்றார்கள். உண்மைதான், இந்த செயல்பாடுகள் அனைத்தும் தூக்கத்தை பாதிக்கும காரணிகள் தாம்.

ஆனால், நமக்குத் தேவை காரணங்கள் அல்ல. தீர்வுகள் மட்டுந்தான். மேற்கூறப்பட்ட காரணங்களைத் தவிர்த்துவிடுவதினால் மட்டுமே தூக்கமின்மை கிரச்சனையை ஒழித்துவிட முடியும் என அவர்கள் நம்புகின்றனர். ஆனால், கைப்பேசியோ திரைப்படங்களோ புத்தகங்களோ நம்முடைய நீண்டகால வழக்கமாக மாறிவிட்டன. அதிலிருந்து மீளுவது கடினம்; அதனை முற்றிலுமாக தவிர்த்துவிடவும் முடியாது. ஆக, மேற்கூறப்பட்ட வயிற்றுப் பயிற்சிகளை தினசரி தூங்கப் போவதற்கு முன்பாக செய்தாலே போதும், தூக்கமின்னைய தவிர்த்து விடலாம்.

ஒருவேளை வயிற்றுப் பயிற்சிகள் உங்களுக்கு கணிசமான பலனைத் தரவில்லை எனில், முக்கியமான ஒரு பயிற்சியை நீங்கள் கற்றுக் கொள்ளுங்கள். அதாவது, **பாத்த்தினை உரசும் பயிற்சி.** சிறுபிள்ளையாக இருக்கும் சமயத்தில், நம்முடைய பாதங்களில் மயிலிறகையோ கோழி இறகையோ கொண்டு நம் பெற்றோர், நம்முடைய பாதங்களை மென்மையாக வருடிவிடுவதைக்

கண்டிருப்போம். ஆரம்பத்தில் அது கூச்ச உணர்வை ஏற்படுத்தினாலும், சில நிமிடங்களுக்குள்ளாகவே நாம் ஆழ்ந்த உறக்கத்திற்கு சென்று விடுவோம். சந்தேகமிருந்தால், உங்களின் குழந்தைகளுக்கு இதனை செய்து பாருங்கள். நிச்சயமாக நல்லப் பலனை அளிக்கும்.

அதே விளையாட்டு யுக்தியை நாமும் நமக்கு நாமே செய்து கொள்வதன் மூலமாக ஆழ்ந்த தூக்கத்தினை, பிறர் உதவியில்லாமலே வரவழைத்துக் கொள்ள முடியும். இதற்காக ஒரு மயிலிறகையோ, மென்மையான வேறேதாவது பொருளையோ தேட வேண்டிய அவசியமில்லை. படுக்கையில் மல்லாந்து படுத்துக் கொண்டு, கண்களை இதமாக மூடுங்கள். உங்களுடைய இடது பாத்தை, வலது பாத்தோடு வைத்து உரசுங்கள். இதனை வேகதாகவும் செய்யலாம் மெதுவாகவும் செய்யலாம். ஒரு தடவை உரசி முடித்த பின்பு, மீண்டும் வலது பாத்தை எடுத்து, இடது பாத்தின் மீது உரசுங்கள். மாற்றிமாற்றி உரசிக் கொள்ளுங்கள். உரசும்போது, உரசும் வேகம் இரண்டிற்கும் ஒரே அளவாக இருப்பதை உறுதி செய்து கொள்ளுங்கள். இப்படியே ஐம்பது முறைகள் பாதங்களை மாற்றி மாற்றி, மற்றொரு பாதத்தின் மீது உரசும்போது, ஆழ்ந்த தூக்கத்திற்கு சென்றுவிட முடியும்.

பண்டைய சீன தத்துவவியலாளர்களான ஜென் துறவிகள் பாதங்களை உரசுவதினால், செயற்கையான நித்திரை நிலையை அடைந்துள்ளனர். மனித உடலின் இரு பகுதிகளில் மட்டுந்தான் மனிதனின் மொத்த நரம்பு மண்டலமும் ஒன்றாக இணைகின்றன. ஒன்று பாதங்கள் மற்றொன்று தலை. பாதங்களில் தான் உடலின் ஒட்டுமொத்த நரம்பு மண்டலமும் ஒன்றாக இணைந்திருக்கின்றன. அக்குபஞ்சர் போன்ற சிகிச்சைகளை வழங்கும் போது, பாதங்களுக்கான

மசாஜ் வழங்குவது வழக்கமான செயல்முறைதீன். மேலும், பாதங்களிலிருந்தே பெரும்பாலான சிகிச்சைகளும் அளிக்கப்படுகின்றன. ஆகையால், பாதங்களைக் கொண்டு, நமக்கு நாமே சுயாதீனமான மசாஜ் செயல்முறையை செய்வதினால், ஆழ்ந்த உறக்கத்திற்கு சென்றுவிட முடியும்.

மேலே சொன்னதைப்போல, பாதங்கள் மட்டுமல்ல, நரம்பு மண்டலங்களை இணைக்கும் பாலமாக நம்முடைய தலைக்கும் முக்கியப் பங்கு உள்ளது. சிறுவயதில் நம் தாயார் தலை முடியைக் கோதிவிடும்போது ஆழ்ந்த உறக்கத்திற்கு சென்றுவிடுவது நினைவிருக்லாம். அதே செயல்முறையை நம் தலைக்கு வழங்குவதன் மூலமாகவும், ஆழ்ந்த தூக்கத்திற்கு சென்றுவிட முடியும். அதற்காக யாரேனும் நம் தலை முடியைக் கோதிவிட வேண்டுமென்கிற அவசியமில்லை.

படுக்கையிலிருந்து நேராக எழுந்து கண்களை மூடிக்கொண்டு, சுவற்றில் சாய்ந்தபடி, உட்கார்ந்து கொள்ளுங்கள். உங்களுடைய பின் மண்டை சுவற்றில் அழுத்தமாக பதியும் படி உணருங்கள். சற்றே சுவற்றுடன் அழுத்தம் கொடுங்கள். மூளைக்குச் செல்லக்கூடிய நரம்புகளின் இணைப்பு பாலமாக இருக்கும் 'முகுலப்பகுதி' அங்கு தான் உள்ளது. அந்த முகுலப் பகுதிக்கு அழுத்தம் கொடுப்பதினால், மூளைக்குச் செல்லும் இரத்த ஓட்டம் சீராகிவிடுகின்றது. ஆகவே, மெதுவாக தலை சுற்றுவதைப் போன்ற உணர்வு ஏற்படும். விரைவிலேயே ஆழ்ந்த நித்திரைக்கு சென்றுவிடுவதை உணர முடியும்.

மேலே கூறப்பட்ட இந்த பயிற்சியில், மூளைக்குச் செல்லும் இரத்த ஓட்டத்தின் அளவை கட்டுப்படுத்துவதினால், செயற்கையான

தூக்கத்தை வரவழைக்க முடியும். அதேபோல, தலைக்கான மற்றுமொரு பயிறசியும் இருக்கின்றது. இந்த பயிற்சியில் மூளைக்குச் செல்லும் இரத்த ஓட்டத்தினை அதிகரிப்பதினால், தூக்க உணர்வைத் தட்டி எழுப்ப முடியும். அதாவது, படுக்கையில் மல்லாந்து படுத்துக் கொண்டு, தலையை மட்டும் படுக்கையிலிருந்து வெளியிலெடுத்து தரையை நோக்கி தொங்கவிட வேண்டும்.

உடல் முழுக்கவே படுக்கயில் ஒரே சீராகவும் சமநிலையுடனும் இருக்கும் பட்சத்தில், தலையை மட்டும் தரையை நோக்கி தொங்கவிடும் பட்சத்தில், உடலிம் உள்ள மொத்த இரத்தமும் தலையை நோக்கி படையெடுக்க ஆரம்பிக்கும். சிறிது நேரத்திற்குள்ளாகவே தலையில் சிறிய பாரம் உருவானதை நம்மால் உணர முடியும். அந்த சமயத்தில் மீண்டும் எழுந்து சமமாக படுத்துக் கொள்ளலாம். நீண்டநேரம் தலையை கீழே தொங்கவிடுவது ஆபத்தானது. ஒருவேளை, இரண்டு அல்லு மூன்று தடவைகள், விட்டுவிட்டு செய்நலாம். நிச்சயமாக சிறந்த தூக்க நிலையை அடைவீர்கள். தூக்கமின்மையும் தூக்கமின்மைக்கான தீர்வுகளையும் அறிந்து கொண்டோம். இனி, மூளையின் அரை தூக்கத்தினைப் பற்றி அறிவியல் பூர்வமாக அடுத்த அத்தியாயத்தில் தொடர்வோம்...

8. வெட்டுத் தூக்கமும் மாயத் தோற்றமும்

   ஃப்ரான்ஸ் காஃப்கா அவர்களின் 'உருமாற்றம்' (Metamorphosis) என்கிற நாவலை படித்திருக்கலாம். தூங்கி எழுகின்ற ஒரு அரசு ஊழியர், தான் ஒரு கரப்பான் பூச்சியாக மாறிவிட்டதை கண்டு ஆச்சர்ய மடைவார். ஆரம்பத்தில் நம்ப மறுக்கும் அவருக்குப் போகப்போகத் தான் உண்மை விளங்க வரும். உண்மையாகவே தானொரு கரப்பான் மூச்சியாக மாறிவிட்டதாகவும், கரப்பான் பூச்சியை போன்ற கை கால்கள் உருமாறிவிட்டத்தாகவும் உணர்ந்து கொள்வார். அவரால் பேச முடியும் சிந்திக்க முடியும் தவிர, அவரது குடும்பத்துடன் தொடர்பு கொள்ள முடியாது. இந்த நாவல், ஒரு அரசியல் நையாண்டி நாவலாக காஃப்கா அவர்களால் எழுதப் பட்டிருக்கும். புத்தகத்தின் முன்னுரையிலும் இதே போன்றொரு 'Metamorphosis' என்கிற புத்மகத்தை குறித்து சொல்லியிருப்போம். அந்த புத்தகம் புகழ்பெற்ற ரோமானிய கவிஞர் 'ஆவிட்' அவர்களால் எழுதப்பட்டது. அதனை அடிப்படையாகக் கொண்டு தான், இந்த 'உருமாற்றம்' என்கிற நாவலை காஃப்கா பின்நவீனத்துவப் பாணியில் எழுதியிருப்பார்.

ஒருவேளை, ஆவிட் அவர்களின் உலகத்திற்குள் சென்று பார்ப்போமேயானால், தூக்கத்தின் உலகமும் நிஜ உலகத்திற்கும் வேறுபாடுகளே இல்லை என்பதனை விளங்கிக் கொள்ள முடியும்.

ஆவிட் அவர்களின் மெட்டாமார்போசிஸ், முழுக்கவே மாயாஜாலங்கள் நிறைந்த (Magical Fantasy) காவியமாக வடிவமைக்கப்பட்டிருக்கும். காஃப்கா அவர்களின் மெட்டாமார்போசிஸ், முழுக்கவே மாய யதார்த்தவாத (Magical Realism) பாணியல் எழுதப்பட்டிருக்கின்றது. ஆனால், ஆவிட் அவர்களும், காஃப்கா அவர்களும் கிட்டதட்ட ஒரே விசயத்தில் ஒத்துப்போக நினைக்கின்றார்கள்.

'என் ஆன்மா உருவாமற்றங்களைச் சந்திக்கின்றது'

— என்று ஆவிட் கவிதை எழுதினார். அதாவது, ஆன்மா பொதுவானது. அது எந்த உயிரிபமாகக் கூட பிறவிகளை எடுக்கும், ஆன்மாவிற்கென்ற தனியான தோற்றம் வடிவமோ வரையறைகளோ கிடையாது. ஆன்மா பல பிறவிகளை எடுக்கின்றது, அதில் இம் மனிதப்பிறவியும் ஒன்று — என்பதைத் தான் சுருக்கமாக அவர் அந்த கவிதையில் சொல்லியிருந்தார். இதையேத் தான் காஃப்காவும் ஆமோதிக்கின்றார். ஆனால், அவர் நவீன உலகிற்கு தகுந்தாற்போல கதை சொல்ல எண்ணுகின்றார்.

ஆவிட் அவர்களும் காஃப்கா அவர்களும், பேன்டசி உலகம் இருப்பதனை ஏற்றுக் கொண்டே தங்களின் கதைகளை வடிவமைத்திருக்கின்றனர். நிஜ உலகிற்கும், தூக்கத்தினால் உண்டாகும் கனவுலகிற்கும் வித்தாயசம் இல்லை என்று நம்பினார். காஃப்கா தன்னுடைய மெட்டாமார்போசிஸ் நாவலை எழுதும் முன்னதாக, **'ஹிப்னோகோஜியா'** பயிற்சியை செய்வாராம். அதாவது, அவரின் படைப்புகளை

கனவுலகத்திலிருந்து எடுத்துவந்து நிஜ உலகத்துடன் ஓட்ட வைக்க முனைவாராம்.

முதலில் **'ஹிப்னோஜியா'** என்றால் என்ன ?! என்று அறிந்து கொள்வது நல்லது. நீங்கள் தூங்கும் போது கெட்ட கனவுகளோ நல்ல கனவுகளோ உங்களுக்கு வரலாம். ஆனால், கனவுலகத்தைப் பொறுத்தமட்டில் நல்லது கெட்டது, சரி தவறு, நன்மை தீமை என்கிற எந்த வரையறைகளும் கிடையாது. அதே நேரத்தில், சம்பந்தம் இல்லாத காட்சிகள், சம்பந்தமில்லாத கதாபாத்திரங்களோடு தொடர்பு படுத்தப்பட்டு கழுப்பத்தில் ஆழ்த்தும். கனவுகளுக்கு வரையறைகளும் விதிவிலக்குகளும் கிடையாது. **(உ-தா)** ஒரு துப்பறியும் நிபுணர் தன்னிடம் சேகரமாகியுள்ள தகவல்களை வைத்துக் கொண்டு, **'ஸ்ட்ரிங் போர்டு'** (String Board) ஒன்றினை வடிவமைப்பார். அந்த போர்டில் சம்பந்தம் சம்பந்தமில்லாத கதாபாத்திரங்களை, சம்பந்தப்பட்ட சம்பவத்தோடு இணைக்க முயற்சிப்பார். இந்த கணிப்பு ஒருவேளை தவறுதலாகவும் இருக்கலாம். ஆனால், அவர் ஒரு தெளிவான மனநிலைக்கு வரவேண்டும் என்கிற பட்சத்தில், சம்பந்தம் சம்பந்தமில்லாத விசயங்களை, சம்பந்தப்பட்ட நபர்களொடு இணைத்து சந்தேகப்படுவார். இவர் குற்றவாளிநாக இருக்க முடியுமா ?! அவர் குற்றவாளியாக இருக்க முடியுமா ?! என்கிற கோணத்தில் அவரது சந்தேகம் நீண்டு கொண்டே செல்லும்.

கிட்டத்தட்ட ஒரு ஸ்ட்ரிங் போர்டை போலத்தான் கனவு உலகமும் செயல்படுகின்றது. இந்த உலகில் யாரும் துப்பறிவாளர்கள் கிடையாது. ஆனால், கிடைத்த தரவுகளை (நினைவுகளை) வைத்துக் கொண்டு சம்பந்தமே இல்லாத ஒரு கனவினை உருவாக்குகின்றது, நமது மூளை. சில கவிஞர்களுக்கும், ஓவியர்களுக்கும் தங்களின்

கனவுலகத்திலிருந்தே, அபரிவிதமான யோசனைகள் உதித்திருக்கின்றன. அதாவது, ஒரு துப்பரியும் நிபுணர் 'ஸ்ட்ரிங் போர்டை வைத்துக் கொண்டு, செயற்கையான வரையறையை உருவாக்க முனையும் போது, பல திடுக்கிடும் உண்மைகளை நயதார்த்தமாக கண்டுபிடித்து விட முடியும் என்பதை நம்புகின்றார். அவரைப்போலவே படைப்பாளிகைஉம், கனவுகளின் குழப்ப நிலையை தங்களுக்குச் சாதகமாக்கிக் கொண்டு, நிஜ உலகில் அவற்றை வெளிக் கொணர் முயல்கின்றார்கள்.

ஃபிரான்ஸ் காஃப்கா, தன்னுடைய உருமாற்றம் என்கிற நாவரை வடிவமைப்பதற்கும், இதே யுக்தியை கையாண்டாராம். அதாவது, ஐந்தாவது அத்தியாயத்திலேயே இதுபற்றிய விரிவான விளக்கத்தை நாம் வழங்கியிருக்கின்றோம். தூக்கத்தின் N1 நிலையிலிருந்து, N2 -விற்கு நுழைவதற்கு முன்னதாக தூக்கம் கலைந்து எழுந்துவிட்டால், அபரிவிதமான கற்பனை ஆற்றல் பெருகும் என்று சொல்லியிருந்தோம். இந்த யுக்தியை முயன்று பார்த்தவர்களில் காஃப்காவும் முக்கியமான நபர்.

நாம் ஏற்கனவே முந்தைய அத்தியாயங்களில் கண்டிருந்தோம்.. **தூக்கத்தின் N2 நிலையில் தான் கனவுகள் உருவாகின்றதென்று.** 'ஹிப்னோஜியா' என்று சொல்லப்படுகின்ற இந்த யுக்தியை பயன்படுத்தும் போது, தூக்கத்தின் N2 நிலைக்கு செல்லாமலேயே எழுந்து உட்கார்ந்து விடுகின்றோம். ஆனால், மூளை மட்டும் இரண்டு வதமான மயக்கநிலைக்குத் தள்ளப்படும். அதாவது, மூளையானது N1 மற்றும் N2-விற்கு இடைப்பட்ட நிலையை அனுபவிக்கும்.

நாம் முழுமையாக எழுந்து உட்கார்ந்து விடுகின்றோம். நம்முடைய கண்களும் விழித்துக்

கொண்டுவிட்டன. நம்முடைய உடல் உறுப்புகளும் தூக்கநிலைக்குச் செல்லாமல் விழித்துக் கொண்டுவிட்டன. ஆனால், மூளை மட்டும் தூக்க நிலையை அனுபவிக்க முயல்கின்றது. ஏற்கனவே சொன்னதைப்போல படைப்பாற்றல் கற்பனையை மேம்படுத்துவதற்கா மட்டுமே, இந்த யுக்தி கையாளப்படுகின்றதே தவிர, இது மிகமிக ஆபத்தான செயல்முறை என்று சொல்லி யிருந்தோம்.

'ஹிப்னோஜியா' யுக்தியை பயன்படுத்தும் போது, தூக்கக் கனவுகள் யாவும் நிஜ உலகத்திலும் பிரதி பலிக்கின்றன. அதாவது, தூக்கத்தில் உருவாகும் மாயத் தோற்றங்கள் யாவும் நிஜ உலகத்திலும் தோன்ற ஆரம்பிக்கின்றன. 'நைட்மேர் எல்ம் ஸ்ட்ரீட்' என்கிற ஆங்கிலப்படத்தில், கனவுகளில் மட்டுமே வந்து பயமுறுத்தும் சைக்கோ கொலையாளி ஒருவன், கனவிலருந்து வெளிப்பட்டு நிஜ உலகத்திலும் வந்து பயமுறுத்துவான். இதே செயல்முறைதான் 'ஹிப்னோஜியா'விலும் நடைபெறுகின்றது.

கனவுகள் உருவாகும் N2 தூக்க நிலைக்குச் செல்லாமலேயே எழுந்துவடுவதினால், மூளை ஏமாந்து விடுகின்றது. ஏமாற்றப்பட்டு விடுகின்றது. மற்ற உடல் உறுப்புகள் தெளிவாக இயங்கிக் கொண்டிருந்தாலுங்கூட, மூளை மட்டும் பாதி தூக்கத்தையும், பாதி விழிப்பையும் அடைகின்றது. இதபால் மூளையில் உருவாகும் கனவுகள், நிஜ உலகத்திலும் பிரதி பலிக்கின்றது. அதாவது, நிஜ உலகமும், கனவுலகமும் சங்கமிக்கின்றன.

இந்த கற்பனாவாத யுக்தியை பயன்படுத்திக் கொண்டுதான் ஃபிரான்ஸ் காஃப்கா, தன்னுடைய உருமாற்றம் (மெட்டாமார்போசிஸ்) என்கிற நாவரை எழுதி முடித்தார். இன்செப்சன் திரைப்படத்தில்

சொல்படுவதைப் போல, படைப்பாளி ஒருவர் **'நிஜ உலகத்திற்கும் கனவு உலகத்திற்கும் வித்தியாசமே தெரியாமல் வாழ வேண்டிய நிர்பந்தம்'** ஏற்படுகின்றது.

இந்த 'ஹிப்னோஜியா' பிரச்சனை படைப்பாளிகளுக்கு மட்டுமல்ல, சராசரி மனிதர்களான அனைவருக்குமே ஏதாவதொரு சமயத்தில் நிகழ்தேறக் கூடிய அனிச்சையான நிகழ்வு தான். **(உ-தா)** நிஜ உலகில் பேயை பார்த்தேன், பூதத்தை பார்த்தேன், ஏலியனை பார்த்தேன் என்று பலரது உண்மை அனுபவங்களை அறிந்திருக்கலாம். அவர்கள் பார்த்தது உண்மைதான். அவர்களின் கண்ணுக்கு மட்டுமே ஏலியன்களும், பேய்களும் தெரிந்தன. அதுவும் உண்மை தான். ஆனால், அந்த காட்சிகள் வெறுமனே அவர்களின் மூளை ஏற்படுத்திய மாய பிம்பங்கள் என்பதனை அறிந்திருக்க மாட்டார்கள்.

ஆம், பேய்களைப் பார்த்ததாக கூறும் பலரை ஆய்வுக்கு உட்படுத்தியதில், அவர்களில் பெரும்பாலானோர் நீண்ட கால தூக்கமின்மை பிரச்சனையில் இருந்தது, தெரிய வந்தது. கூடவே, வெட்டுத் தூக்கப் பிரச்சனை உள்ளவர்களுக்கும் கூட இதே அனுபவம் உண்டாகியிருக்கின்றது. மேலேச் சொன்னதைப்போல, மூளையை ஏமாற்றிவிட்டு நாம் எழுந்து அமர்ந்து கொண்டு, நம் வழக்கமான பணிகளைச் செய்ய ஆயத்தமாகின்றோம். ஆனால், மூளைக்கு மிக நீண்ட ஓய்வு தேவைப் படுகிற தென்பதை, நாம் கடைசி வரை உணர்வதில்லை.

வெட்டுத் தூக்கப் பிரச்சனையின் போதும் இதே மாந்த் தோற்றங்கள், நிஜவுலகில் பின்தொடர்கின்றன. அதாவது, தூங்கிக் கொண்டிடருக்கும் போது கண்கள் விழித்துக் கொண்டு தூங்குவதை நீங்கள் பார்த்திருக்கக் கூடும்.

இதனை அரைத் தூக்கம் என்றும் சொல்லுவார்கள். அதாவது, கண்களைத் திறந்து கொண்டே தூங்குவது. இதே போன்ற ஒரு செயல்முறை தான் வெட்டுத்தூக்கத்திலும் நடந்தேறுகின்றது.

நன்கு உறங்கிக் கொண்டிருக்கும் நமக்கு இடையிடையே தூக்கம் கலைந்தோடுகின்றது. தூக்கம் கலைவதற்கு பல காரணங்கள் உள்ளன. 'ஆழ்ந்த சிந்தனையாக இருக்கலாம், பாலியல் எண்ணங்களாக இருக்காலாம், முந்தைய நாள் இரவில் உட்கொண்ட உணவாக இருக்கலாம், சிறுநீர் கழிப்பதில் பிரச்சனையாக இருக்கலாம், ஆக்சிஜன் பற்றாக்குறையாக இருக்கலாம், தசைப் பிடிப்பாகக் கூட இருக்கலாம். இரவு நேர வெட்டுத் தூக்கத்திற்கு ஆயிரம் காரணங்கள் உள்ளன. இந்த வெட்டுத் தூக்கத்தினால், உடல் நலனுக்கு மட்டுமல்ல, மன நலமும் பாதிப்புக்குள்ளாகின்றது.

அதாவது, 'ஹாலோசினேசன்' என்றழைக்கப்படும் மாயத்தோற்றம் உருவாகின்றது. அதாவது, வெட்டுத் தூக்கத்தின் போது மூளை, தூக்கமும் வழிப்பும் கலந்து இருமைத் தன்மையை அடைகின்றது. வெட்டுத் தாக்கம் உள்ளவர்களுக்கு, குறுகிய நேரம் தூங்கினாலும் கூட நீண்ட நேரம் தூங்கிவிட்டதைப்போன்ற உணர்வு ஏற்படும். (உ-தா) பகல் நேர உறக்கம் கொள்பவர்கள், இதேபோன்ற வெட்டுத் தூக்கப் பிரச்சனை உள்ளவர்களாகத் தான் இருக்கின்றார்கள். ஆக, மூளை திடீர் திடீரென்று தன் இயக்க நிலையை மாற்றிக் கொள்ள வேண்டும். **சிறிது நேர ஆழ்ந்த தூக்கம், உடனே விழிப்பு. விழிப்புத் தொடரும் முன்பே, ஆழ்ந்த உறக்கம்.** இந்த இருமை தன்மையுடன் மூளைச் செயல்படுவதினால், ஹோலோசினேசன் மாயத் தோற்றத்தினை நிஜ உலகில் பிரதி பலிக்கின்றது, மூளை. அதாவது, நாம் விழித்திருக்கும் போதும்

கூட, மூளை தூங்கிக் கொண்டுதான் இருக்கின்றது. இதனால் தான், மாயத் தோற்றங்கள் உருவாகின்றது.

வெட்டுத் தூக்கப் பிரச்சனைக்கு மிகமிக முக்கியமான ஒரு காரணமாக, சமீபத்திய ஆய்வுகள் சொல்வது யாதெனில், **கைப்பேசிகள்** தாம். ஆம், கைப்பேசிகளினால் தான் பெரும்பாலான நபர்களுக்கு வெட்டுத் தூக்கப் பிரச்சனை ஏற்படுகின்றது. காரணம், கைப்பேசி அலைவரிசைகள் நம் மூளையை பாதிப்புக் கொள்ளக்குகின்றன, என்று ஏற்கனவே மூத்த அத்தியாயங்களில் கண்டிருந்தோம். அதாவது, அலைபேசி அழைப்பு கைப்பேசியை தொடும் முன்னதாகவே, தூக்கம் கலைந்து எழுந்து விடுகின்றோமே. அதற்கு காரணம், கைப்பேசியின் ரிசீவரைப் போல மூளையும் செயல்படுகின்றது. அலைப்பேசி அழைப்புகளினால் பாதிப்புக் குள்ளாப்பட்டு தூக்கம் கலைகின்றது.

கைப்பேசி அழைப்புகள் வரும்போது மட்டுமே அந்த அலைகள் நம் மூளையை பாதிப்பதாக நனைத்துக் கொண்டிருந்தால், அது தான் தவறு. கைப்பேசியின் டவர் என சொல்லப்படும் சிக்னலை கவனித்திருகின்றீர்களா ?! அது எப்போதுமே ஏற்ற இறக்கத்துடன் தான் இருக்கும். கைப்பேசிகள் எப்போதுமே துயில் கொள்வதில்லை. நாமே உறங்கிப்போய் விட்டாலுங்கூட, கைப்பேசிகள் உறங்குவதில்லை. அது எந்நேரமும் அலைக் கற்றைகளை ஈர்த்துக் கொண்டு தான் இருக்கின்றது. தொலைப்பேசி அழைப்பு வரும்போது மட்டும், அந்த பாதிப்பு அதிகமாக இருக்கின்றதே தவிர, எந்நேரமும அது தன்னுடைய வழக்கமான பணியைச் செய்து கொண்டுதான் இருக்கின்றது.

நாம் புத்திசாலித்தனமாக, இன்டர் நெட்-ஐ அணைத்து வைத்துவிட்டு உறங்குவதற்கு

செல்வோம். அந்த இடத்தில் தான் தவறு செய்து விடுகின்றோம். அதாவது, இன்டர் நெட்டை அணைத்து வைத்துவிட்டாலுங்கூட, கைப்பேசியின் ரிசீவர் தொடர்ந்து இயங்கிக் கொண்ட தான் இருக்கின்றது. அது கணிசமான அளவிலான அலைக்கற்றைகளை உள்வாங்கியும், வெளியேற்றிக் கொண்டும் தான் இருக்கின்றது. கைப்பேசிக்கு நோட்டிபிகேசன் வருவதைப்போல, நமது மூளை அவ்வப்போது விழிப்பு கொள்கின்றது. காரணம், சிறு அளவிலான அலைக்கற்றைகள் நமது மூளையை பாதிப்புக் குள்ளாக்குகின்றன. ஆக, செல்போன்கள் வெட்டுத் தூக்கத்திற்கு மிக முக்கிய காரணிகளாக இருப்பதில் ஆச்சர்யமில்லை. இந்த பிரச்சனையிலிருந்து தப்பிக்க, தூங்கச் செல்லும் முன்பு கைப்பேசியை அணைத்துவிடுவதோ (அ) ஃபிளைட் மூடில் போட்டு விடுவது தான் மிகச்சிறந்த வழியாக இருக்கும்.

வெட்டுத் தூக்கப் பிரச்சனைக்கு மற்றுமொரு முக்கிய காரணம், மூச்சுத் திணறல் ஆகும். அதாவது, ஆக்ஸிஜன் பற்றாக் குறை. நாம் ஏற்கனவே முந்தைய அத்தியாயங்களில் கண்டிருந்தோம், ஆழ்ந்த உறக்கத்திற்கு வயிறு தான் முக்கிய பங்கு வகிக்கின்றது என்று. ஆக்ஸிஜன் பற்றாக் குறை இயற்கையீகவே எந்த இடத்திலும் ஏற்படுவதில்லை. ஒருவேளை, பனி காலத்தில் அவ்வாறு நிகழ்வதற்கு வாய்ப்புகள் உண்டு. ஆனால், மற்ற காலங்களிலும் ஆக்ஸிஜன் பற்றாக் குறை ஏற்படுகின்றதென்றால், அதற்கு ஒரே ஒரு காரணம் தான் இருக்கின்றது.

அதாவது, வயிற்றைத் தட்டையாக்கும் பயிற்சி. நம்மில் பலருக்கு எடுக்கும் போன்ற உடலமைப்புடன் இருப்பதற்கு விருப்பப் படுவோம். இந்த இடத்தில் ஒரு விசயத்தை நன்றாக கவனியுங்கள். உடல் பருமனாக இருப்பவர் நிம்மதியான தூக்கத்தினை அனுபவிக்கின்றாரா ?

(அ) மெலிந்த உடலமைப்பு கொண்டவர், நல்ல தூக்கத்தினை அனுபவிக்கின்றாரா ?!

நிச்சயமாக உடல் பருமன் உள்ள நபர் மட்டுமே, நல்ல தூக்கத்தினை அனுபவிக்கின்றார். காரணம், அவருக்குத் தான் அதிக காற்றை உள்ளிளுக்கும் அளவிற்கான வயிற்றுப் பகுதி அமைந்திருக் கின்றது. ஆழ்ந்த உறக்கத்திற்கு மிகமிக அவசியமானது, வயிற்றுப் பகுதி தான்; வயிற்றுப் பகுதியில் நிறையும் காற்று தான் அதற்கு காரணம். உண்மை இப்படி இருக்க, மெலிந்த ஒரு நபரால் அதிப்படியான காற்றினை உள்ளிளுப்பதில் சிரமம் உண்டாகின்றது. எனவே, மூச்சுத் திணறல் ஏற்படுகின்றது. தூக்கம் பாதிப்புக்குள்ளாகின்றது. ஆழ்ந்த தூக்கத்திற்கு மிக அவசியமானது ஆக்ஸிஜன் கிடையாது. வயிறு தான் மிக அவசியமான ஒன்று. வயிற்றை தளர்வு செய்வதாலும், வயிற்றில் அதிகளவு காற்றை நிரப்பும் உடற் தகுதியுடன் இருப்பவரால் மட்டுமே நீண்ட தூக்கத்தினை நிம்மதியாக அனுபவிக்க முடியும்.

9. மரங்களுக்கு நடுவே ஸ்லாவிக் உறக்கம்

ஜெர்மன் உயிரியலாளரான 'பீட்டர் வேல்பென்' (Peter Wohlleben) தன்னுடைய ஆய்வு நூலான 'சீக்ரெட் லைஃப் ஆஃப் ட்ரீஸ்' என்ற புத்தகத்தில் மரங்களின் ஆழ்ந்த உறக்கத்தினைப் பற்றி குறிப்பிட்டிருக்கின்றார். ஸ்காண்டிநேவிய காடுகளில் பதினைந்து ஆண்டுகளும், ஜெர்மன் காடுகளில் இருபது வருடமும் (ஜெர்மன்-செக் குடியரசு காட்டுப்பகுதி எல்லை) உயிரியளாலராகவும் வனத்துறை அதிகாரியாகவும் பணியாற்றி வந்தார். மரங்களுக்கு நடுவே காடுகளில், பாதி வாழ்நாளையே செலவிட்டிருக்கும் அவர், சைலாபோபிய (Xylophobia) அச்ச உணர்வு பற்றியும், மரங்களின் பாதுகாப்புணர்வு குறித்தும் மிக விரிவாக ஆய்வு கட்டுரைகளை வெளியிட்டிருக்கின்றார்.

பண்டைய ஸ்லாவிக் கதைகளில் ஒன்று மரங்களின் பாதுகாப்புணர்வு குறித்து சொல்கின்றது. அதாவது, ஸ்லாவிய கலாச்சர விரிவாக்கம் அடைகின்ற சமயத்தில், காடுகளை அழித்து நகரங்கள்

உருவாக்கப்பட்டன. மேலும், கட்டுமானப் பணிக்காகவும் மரங்கள் வெட்டி வீழ்த்தப்பட்டன. அதற்காக, ஆயிரக் கணக்கில் மரம் வெட்டிகளை காடுகளுக்குள் சென்று மரங்களை அறித்துவர உத்தரவிடப்பட்டது. மரங்களை வெட்டுவதற்காக கூட்டம் கூட்டமாக மரவெட்டிகள், காடுகளுக்குள் படையெடுத்தனர். நூற்றுக்கணக்கான மைல்களுக்கு அப்பாலுள்ள அவர்கள் வரும் சப்தம் கேட்டு தூங்கிக் கொண்டிருந்த மரங்கள் யாவும் விழித்துக் கொண்டதாகவும், நெருங்கி வந்த விறகு வெட்டிகளுடன் போரிட்டு வென்றதாகவும் கதை ஒன்று ஸ்லாவிக் நாட்டுப்புறங்களில் சொல்லப்படுகின்றது.

உண்மையிலேயே மரங்களுக்கு கேட்கும் திறன் இருப்பதையும், அவைகள் பாதுகாப்புணர்வுடன் செயல்படுவதாகவும் 'பீட்டர் வெல்பென்' தன்னுடைய புத்தகத்தில் எழுதியிருக்கின்றார். அதாவது, காட்டில் ஸ்லாவிய விறகு வெட்டிகள் நுழையும் போதே, குதிரைகளின் குளாம்பு சப்தமும், வண்டிச் சக்கரத்துடன் பூட்டப்பட்ட சங்கிலிகளின் சப்தமும் கேட்டு, மரங்கள் விழித்துக் கொள்வதாகவும், எச்சரிக்கை சமிக்ஞை, ஒரு மரத்திலிருந்து மற்றொரு மரத்திற்கு மின்னல் வேகத்தில் கடத்தப்படுவதாகவும் தெரிவிக்கின்றார். இன்றளவும் கூட, ஸ்லாவிய காடுகள் பழமை மாறாமல் அப்படியே இருக்கின்றன. முக்கியமாக ஸ்கேண்டிநேவிய காடுகளல் சுமார் 20,000 வருடங்களுக்கு முற்பட்ட மரங்கள் இன்னமும் உயிர்வாழ்ந்து கொண்டிருப்பதாக, முன்னுரையிலேயே சொல்லி யிருந்தோம்.

ஸ்லாவிய வரலாற்றில் மிகப்பெரும் அளவிலான மரங்கள் வெட்டி வீழ்த்தப்பட்ட சமயத்திலிருந்தே, இந்த காடுகள் உயிர் வாழ்ந்து கொண்டிருக்கின்றன. எனவே பல தலைமுறைகளை கண்டுவிட்டிருந்த

இந்த காடுகள், நவீன கால மனிதர்களையும் நன்கு புரிந்து வைத்திருக்கின்றன. இன்றைக்கும் கூட ஸ்லாவிய காட்டுப்பகுதியில் யாரேனும் மரம் வெட்டிகள் நுழைந்தார்களானால், எச்சரிக்கை சமிக்ஞை காடு முழுக்கவே பரவுவதாக, பீட்டர் சொல்கின்றார். உண்மை தான், காடுகளில் மிக நெருக்கமாக மரங்களின் வேர்கள் ஒன்றோடொன்று பிணைக்கப்பட்டிருக்கின்றன. எனவே காடுகளில் மரங்களை வெட்டும் நோக்குடனோ, வேட்டையாடும் நோக்குடனோ யாரேனும் நுழைந்துவிட்டால், தகவல் சமிஞ்சை காடு முழுக்கப் பரவி விடுவதாக உறுதிசெய்கின்றார்.

ஒருபடி மேலே போய், மற்ற விலங்குகள் பறவைகளுக்கும் கூட, காட்டு மரங்கள் எச்சரிக்கை சமிஞ்சைகளை வழங்குகின்றனவாம். இந்த எச்சரிக்கை உணர்வு சமிஞ்சைதான், மனிதனின் சைலோபோபியாவிற்கு காரணமாக தெரிவிக் கின்றார் பீட்டர். அதாவது, காடுகளில் அதிவேகமாக பரவும் எச்சரிக்கை சமிக்ஞை, காடு முருமைக்கும் பாதுகாப்பு உணர்வை வெளிப்படுத்த தூண்டுகின்றது. பழைய ஸ்லாவிக் கதைகளில் வருவதைப் போல மரங்கள் துயில் கலைந்து எழுந்து, மனிதர்களுடன் போரெல்லாம் புரியவதற்கு வாய்ப்பில்லை. ஆனால், மனிதர்களை எச்சரிக்கை செய்ய முடியும்.

அதாவது, மனிதர்களின் ஆழ்மனதில் அச்சவுணர்வு ஏற்படுத்தக்கூடிய தகவல் சமிஞ்ஜைகளை வெளிப்படுத்தவும், ஆக்ஸிஜன் பற்றாக் குறையை ஏற்படுத்தி, மூச்சுத் திணறச் செய்யவும், சூழலை திடீரென குளிர்வித்து, மனிதர்களை நிலை குலையச் செய்யவும் மரங்களால் முடியும் என்கிறார், பீட்டர். உண்மைதான், மரங்கள் எச்சரிக்கை உணர்வை, எதிர்ப்பாக வெளிப்படுத்துகின்றன. இதனால் தான்,

மனிதர்களுக்கு காடுகளுக்குள் நடமாடும்போது 'சைலோபோபியா' அச்ச உணர்வு ஏற்படுகின்றது.

எல்லா காடுகளிலும் இந்த சைலோபோபியா அச்ச உணர்வு ஏற்படுவதில்லை. பழமையான காடுகளில் மட்டுமே இந்த எச்சரிக்கை உணர்வு கடத்தப்படுகின்றது. சரி, காடுகளுக்குள் கூட்டுத் தூக்கம் செய்வதினால் என்ன பலன் என்பதைக் குறித்து இனி காணலாம்.

காடுகளையே நம்பி வாழ்ந்து கொண்டிருந்த மக்கள், திடீரென நகர மயமாதலை ஏற்க மறுத்தனர். ஒருபக்க ஸ்லாவிக் மக்கள், காடுகளை அழிப்பதிலும், மற்றொரு பிரிவினர் நாகரீக வளர்ச்சி என்கிற பெயரில் காடுகளை அழிப்பதிலும் மும்முரம் காட்டினர். அவ்வாறு காடுகளை பாதுகாக்க எண்ணிய மக்கள், காடுகளிலேயே மரங்களோடு மரங்களாக ஒன்றி வாழ்ந்தனர். அவர்கள் இரவு நேரம் தூங்கும் போது, குடில்களில் சென்று படுக்காமல், வெட்டவெளியில் மரங்களுக்கு நடுவே படுத்து உறங்குவார்களாம். இதைத்தான் **ஸ்லாவிக் உறக்கம்** என்று அழைத்தார்கள்.

அவதார் போன்ற திரைப்படங்களில் காடுகளுக்குள் தாய் மரத்திற்கு அருகாமையில் சென்று கூடி படுத்துக் கொண்டு கூட்டு உறக்க மனப்பான்மை செல்வதைப்போன்ற காட்சிப்படுத்தப் பட்டு இருக்கும். இதே போன்ற ஒரு நாகரீகத்தைத் தான் ஸ்லாவிய மக்களும் பன்னெடுங்காலமாக கொண்டு வாழ்ந்து வந்தனர். மரங்களுக்கு இடையில் காடுகளுக்கு மத்தியில் துயில் கொள்வதை இயற்கையின் ஆன்மாவோடு, தங்களை இணைத்துவிட்டதாக கருதினர்.

காடுகளுக்குள் சென்று உறங்குவதினால், பிரபஞ்ச சக்தியை உள்வாங்கிக் கொள்ள முடியும் என்கிற

மூட நம்பிக்கையைப் பற்றி நாம் இங்கு பேசத் தேவையில்லை. பதிலுக்கு லாஜிக்கலாகவே, காடுகளில் சென்று உறங்குதலின் நன்மையைக் குறித்து காண்போம். அதாவது, எல்லாக் காடுகளிலும் நிச்சயமாக ஒரு தாய் மரம் இருந்தே ஆகவேண்டும். ஒரு தனிமரம் தான், அதாவது தாய்மரம் தான், அந்த மொத்தக் காட்டினையும் உருவாக்கியிருக்க வேண்டும். மொத்தக் காட்டிற்கே அந்த ஒரு மரந்தான் மூதாதையராக இருக்கும்.

எந்த ஒரு காட்டில் தாய் மரம் இறந்துவிடுகின்றது (அ) அழிக்கப்பட்டு விடுகின்றது என வைத்துக் கொண்டால், அந்த மொத்த கூட அழிவுக் குள்ளாக்கப்பட்டு விடும். மொத்தக் காடும் அழிந்துவிடும். ஆக, ஒரு காடு இன்னமும் நிலைபெற்று வாழ்ந்து கொண்டிருக்கின்றது என வைத்துக் கொண்டால், அந்த காட்டில் நிச்சயமாக தாய் மரம் இருந்தே ஆக வேண்டும். அதனால் தான் அந்த மொத்தகாடும் உயிர்ப்புடன் வாழ்ந்து கொண்டிருக்கின்றது. தாய் மரம் ஒன்று காட்டில் உண்டென்றால், அந்த காட்டின் வயது என்னவாக இருக்கும் என்பதை நீங்களே யூகித்துக் கொள்ளுங்கள்.

அப்பேற்பட்ட மூதாதையரான அந்த மரத்தின் உதவியுடன் தான், கட்டறையின் பெயரில் தான் மொத்த காடும் இயங்கிக் கொண்டிருக்கின்றது. அந்த தாய் மரத்தின் முதிர்ச்சி பெற்ற அனுபவந்தான், மொத்த காட்டின் அனுபவமாக கடத்தப்பட்டு இருக்கும். இப்போது, அந்த பழமையான காட்டில், அனுபவம் நிறைந்த மூதாதையரின் அந்த காட்டில் நீங்கள் சென்று வசிக்கும் போது, துயில் கொள்ளும் போதோ, மூதாதையரின் அனுபவத்தோடு ஒன்றிணைந்து விடும் சந்தர்பம் உண்டாகின்றது. காடுகளுக்கு நடுவில் சென்று (நேர்மறையான

எண்டங்களுடனோ (அ) வெற்று மனதுடனோ) சென்று உறங்கும் போது, மரங்களின் பல்லாயிரம் ஆண்டுகளான நீண்ட நெடிய உறக்கத்தினை ஒரே இரவில் அனுபவிக்க முடியும்.

ஆதலால், ஸ்லாவிய பழங்குடிகள் நாகரீக மக்களை விட வலிமை மிக்கவர்களாகவும், சிறந்த வாழ்வியல் முறையினையும் கொண்டிருந்தனர். ஸ்லாவிய மக்களைப் போல கூட்டமாக காட்டிலும் சென்று உறங்கும் போது, ஒரே மனப்பான்மையுடன் கூட்டுத் தூக்கம் செய்யும் போது, அபரிவிதமான ஆற்றலை உள்வாங்கிக் கொள்ள முடியும். அதாவது, ஆழ்ந்த உறக்கத்தினை உள்வாங்கிக் கொள்ள முடியும். ஆயிரமாண்டுகளின் அனுபவத்தினை பெற முடியும்.

முடிவுரை

வாசர்களுக்கு எமது மனமார்ந்த நன்றிகள் ! தூக்கத்தினைப் பற்றிய வெறுமனே அறிமுக நூலாகத்தான் இது தொகுக்கப்பட்டு, புத்தகமாக வடிவமைப்பட்டிருக்கின்றது. இந்த அறிமுக நூலிலேயே தூக்கத்தினைப் பற்றிய நெடுந் தகவல்களை அறிந்து கொண்டிருப்பீர்கள் என நம்புகின்றோம். இப்புத்தகத்திற்கான பேரா தரவினைத் தொடர்ந்து அடுத்தடுத்த பாகங்கள் வெளியிட திட்டம் திட்டப்பட்டுள்ளது. அடுத்தடுத்த பாகங்களில், இன்னும் விரிவான வகையில் தூக்கத்தினைப் பற்றிய அபரிவிதமான அபூர்வங்களைக் குறித்து லாஜிக்கலான புரிதல்களை வழங்க திட்டமிட்டுள்ளோம்.

'உறக்கத்தின் உளவியல்' இப்புத்தகத்தினை வாசித்து நீங்களும் உங்களைச் சார்ந்த சுற்றத்தாரும் நன்மை யடைந்திருப்பீர்கள் என நம்புகின்றோம்.!

'உறக்கமே அனைத்து உயிர்களுக்குமான உயிர் நாடி !
உறக்கமே பிரபஞ்சத்துடன் நம் தொப்புள் கொடியை
இணைக்கும் தொடர்பு பாலம் !!
உறங்கிவிடு மனமே உறக்கம் தெளிந்து'

வாழ்க வையகம் ! வாழ்க வளமுடன் !!

பயன்படுத்தப்பட்ட புத்தகங்கள்

1. Sleep Around the World Anthropological Perspectives - Katie Glaskin & Richard Chenhall

2. Goodnight Mind Turn Off Your Noisy Thoughts and Get a Good Night - Collen E Corney & Reachal Manbir

3. Overthinking A Practical Guide to Declutter Your Mind through Cognitive - Travis Cooper Goleman

4. The Myth of 8 Hours, the Power of Naps and the New Plan to Recharge Your Body and Mind - Nick Littlehales

5. Tantra, the supreme understanding - Osho

6. Uyir Nool - M. Senthamizhan

7. The Hidden Life of Trees - Peter Wohlleben

8. Famous Some Fictional Books & Movies (Rip Van Winkle, Metamorphosis - Ovid, Metamorphosis - Franz Kafka, Macbeth - William Shakespeare, Inception - Christopher Nolen, Nightmare Elm Street, Lord of the Rings)